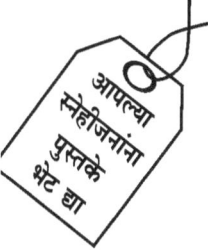

D9900184

आपल्या स्नेहीजनांना पुस्तके भेट द्या

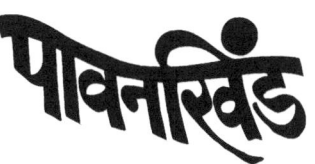

पावनखिंड

रणजित देसाई

मेहता पब्लिशिंग हाउस

Please contact us at **Mehta Publishing House,** Pune.
Email : production@mehtapublishinghouse.com
Website : www.mehtapublishinghouse.com

PAVANKHIND by RANJEET DESAI

पावनखिंड : रणजित देसाई / कादंबरी

Email : author@mehtapublishinghouse.com

© सौ. मधुमती शिंदे व सौ. पारु नाईक

प्रकाशक : सुनील अनिल मेहता, मेहता पब्लिशिंग हाऊस,
१९४१, सदाशिव पेठ, माडीवाले कॉलनी, पुणे – ३०.

मुद्रित-संस्करण : मोहन वेल्हाळ

मुखपृष्ठ : रवींद्र मेस्त्री

मांडणी : जयंत ताडफळे

प्रकाशनकाल : ३ मार्च, १९८१ / फेब्रुवारी, १९८८ / ऑगस्ट, १९९५ / फेब्रुवारी, २००० / डिसेंबर, २००२ / सप्टेंबर, २००४ / मार्च, २००७ / मार्च, २००८ / डिसेंबर, २००८ / फेब्रुवारी, २०१० / जानेवारी, २०११ / जानेवारी, २०१२ / ऑक्टोबर, २०१२ / मार्च, २०१३ / जानेवारी, २०१४ / डिसेंबर, २०१४ / नोव्हेंबर, २०१५ / ऑगस्ट, २०१६ जून, २०१७ / मार्च, २०१८ / पुनर्मुद्रण : फेब्रुवारी, २०१९

P Book ISBN 9788177661835
E Book ISBN 9788184985894
E Books available on : play.google.com/store/books
www.amazon.in/b?node=15513892031

शिवभक्त
भालजी पेंढारकर
यांचे चरणी
अर्पण

मदतीचे हात

पावनखिंड लिहीत असता अनेक मित्रांनी नेहमीप्रमाणे सर्वतोपरी मला साहाय्य केले. औपचारिकरीत्या त्यांचे आभार मानणे हा त्यांच्या स्नेहाचा उपमर्द होईल, याची मला जाणीव आहे; पण वस्तुस्थिती सांगणे हे माझे कर्तव्य होय.

मी कोल्हापुरातच वाढल्यामुळे पन्हाळा हा घरच्याइतकाच मला परिचित आहे. तीर्थस्वरूप शिवभक्त भालजी पेंढारकर ह्यांच्या सहवासात पन्हाळा पाहण्याचे भाग्य मला लाभले आहे. बाजीप्रभूंच्या जीवनावर कादंबरी लिहीत असता पन्हाळ्याचे इतिहास- संशोधक श्री. मु. गो. गुळवणी यांनी पन्हाळ्याच्या कोनाकोपऱ्यांतील सर्व जुन्या आठवणींना उजाळा देऊन सर्व तपशील पुरविला. तसेच, अंबरनाथचे वसंत त्र्यंबक कर्णिक व श्री. जोशी यांनी पावनखिंडीसाठी सर्व संदर्भ-ग्रंथ मला उपलब्ध करून दिले.

माझे स्नेही श्री. राजाभाऊ मराठे, श्री दौलत मुतकेकर, प्रा. कमलाकर दीक्षित आणि माझे बंधू श्री. पी. जे. जाधव या सुहृदांनी ही कादंबरी वाचली. अनेक सूचना केल्या. अनेक प्रकरणे परत लिहावयास लावली, हा त्यांच्या जिव्हाळ्याचा मोठा वाटा.

माझे मित्र श्री. रवींद्र मेस्त्री ह्यांनी सुरेख मुखपृष्ठ चितारून या कादंबरीचे सौष्ठव वाढवले आणि जयंत ताडफळे या तरुण कलावंताने या कादंबरीची सुबक मांडणी केली. पुण्याच्या 'कल्पना मुद्रणालया'चे श्री. चिं. स. लाटकर हे माझ्या 'स्वामी' कादंबरीचे पहिले मुद्रक. त्यांच्याच हातून ह्या कादंबरीची ही पहिली आवृत्ती मुद्रित होत आहे, याचा मला अभिमान वाटतो.

या कादंबरीची मुद्रणप्रत तयार करण्यासाठी माझे लेखनिक व स्नेही श्री. पांडुरंग कुंभार आणि श्री. के. एन्. पाटील यांचे साहाय्य मला लाभले.

राहता राहिले माझे प्रकाशक श्री. अनिलकुमार मेहता. त्यांनी या कादंबरीसाठी घेतलेले कष्ट मी पाहिले आहेत. प्रकाशक, आपले प्रत्येक प्रकाशन सुबक व्हावे, म्हणून झटत असतो. पण त्याला स्नेहभावाचा, आत्मीयतेचा स्पर्श लाभतोच, असे नाही. या कादंबरीला तो स्पर्श लाभला, त्याचं मोल मोजणं कठीण.

श्री गजाननाच्या कृपेने ही कलाकृती पुरी होत असता, वाचकांच्या आजवरच्या स्नेहाची अपेक्षा केली, तर ते वावगे ठरणार नाही.

-रणजित

पावनखिंड

सूर्य उगवला, तरी हिरडस मावळातल्या सिंध गावावर धुकं रेंगाळत होतं. सिंध ! पाच-पन्नास घरट्यांचं गाव. गावाच्या मध्यभागी काळ्याशर दगडांनी चिरेबंद झालेला तीन चौकी देशपांडे-वाडा उभा होता. वाड्याच्या भव्य कमानीत भालाईत पहारेकरी उभे होते. पहिल्या चौकाच्या उजव्या बाजूला घोड्यांची पागा होती. सदरेवर पाच-सहा मंडळी बाजींची वाट पाहत बसली होती. सदरेवरच्या झोपाळ्यावर बाजींची बैठक मांडली होती. पितळी, चकचकीत पानाचा डबा झोपाळ्यावर नजरेत भरत होता. झोपाळ्यालगत जमिनीवर एक मोठी पितळी पिंकदाणी ठेवली होती.

वाड्यातल्या तिसऱ्या सोप्यातील देवघरातून बाजी बाहेर आले.

बाजींनी जांभळा मुकटा नेसला होता. लिंब कांतीचे, धिप्पाड देहाचे, पिळदार शरीराचे बाजी होते. कपाळी गंध रेखाटलं होतं. मस्तकी काळाभोर संजाब होता. त्यातून उतरलेली शेंडी मानेवर रुळत होती. ओठावरच्या भरदार गलमिश्यांनी आणि जाड भुवयांनी त्यांच्या भव्यतेत अधिक भर घातली होती.

बाजी देवघराबाहेर येताच त्यांच्या पत्नी सोनाबाई म्हणाल्या,

'न्याहरीची तयारी झालेय्.'

'हो ! आम्ही पोशाख करून आलोच.'

बाजी आपल्या शयनगृहात गेले, तेव्हा तिथं त्यांच्या द्वितीय पत्नी गौतमाई आदबीनं उभ्या होत्या. पलंगावर बाजींचा पोशाख काढून ठेवला होता.

बाजींनी त्या पोशाखाकडं नजर टाकली व ते हसून म्हणाले,

'हा तर सणासुदीचा पोशाख काढलात !'

गौतमाई म्हणाल्या,

'आज सणाचा दिवस. तेव्हा....'

'बरोबर !' बाजी म्हणाले, 'तुम्ही म्हणाल, ते खरं. आमची हुकमत बाहेर. इथं आम्ही तुमच्याच हुकुमाचे ताबेदार ! खरं ना ?'

गौतमाई लाजल्या. त्या म्हणाल्या,

'थोरल्या वाट बघत असतील. लवकर पोशाख करून न्याहरीला चलावं.'

'जशी आज्ञा !'

बाजी पोशाख करून, न्याहरी आटोपून, जेव्हा सदरेवर आले, तेव्हा सदरेवरच्या साऱ्यांनी उठून बाजींना मुजरे केले. त्या मुजऱ्यांचा स्वीकार करून बाजी झोपाळ्यावर बसले. पानाचा डबा उघडला. पान जुळवत असता त्यांचं लक्ष उभा असलेल्या तात्याबा म्हसकराकडं गेलं.

तात्याबा एक वयोवृद्ध शेतकरी. ऐंशीच्या घरात गेला, तरी म्हातारा अजून ताठ होता. गुडघ्यापर्यंत धोतर, अंगात घोंगड्याची खोळ आणि डोईला मुंडासं बांधलेला तात्याबा बाजींच्याकडं पाहत होता.

'तात्याबा, बस ! येरवाळीच आलास ?'

'जानार कुठं ?' तात्याबा म्हणाला, 'कोंबडं आरवायच्या आदी जाग येतीया ! शेती-भाती पोरं बघत्यात. सांगाय गेलं, तर कुत्र्यावानी भुकत्यात. तवा जायचं कुठं ? घरचा वनवा नको, म्हणून सदरंत येऊन पडायचं !'

'पड की ! तुला कोण नको म्हणणार ?' बाजींनी हसून विचारलं, 'आवंदा पीक बरं हाय नव्हं ?'

'हाय, पर गावंल, तवा !' तात्याबा म्हणाला.

'न गावायला काय झालं ?' बाजींनी विचारलं.

'का ऽ य झालं ? रानाच्या साऱ्या डुकरांची चंगळ चाललीया, बघा. दिवस म्हनत न्हाईत, रात्र म्हनत न्हाईत, कडाडा धाटं मोडत्यात.'

'रखवाली ठेवावी.' बाजींनी सांगितलं.

'चार चौकांवर चार माळं केलं, तर शिवाजी भोसल्यागत मधनं घुसत्यात. लई बेरकी जात ती.'

'असं म्हणतोस !' बाजींनी क्षणभर विचार केला. 'काळजी करू नकोस ! उद्यापासनं आमचे भालाईत स्वार शिवारात फिरतील. झालं ?'

तात्याबा उदासपणे हसला.

बाजींनी विचारलं,

'का हसलास ?'

'हसू नको, तर काय रडू ? धनी, पीक सजलं, तरी गरिबांच्या पोटात थोडंच पडनार ?'

'का ? का नाही पडणार ?'

'तुमी इचारतासा ? तुमी परधान ! तुमचं धनी बांदल राजं. मळण्या सुरू झाल्या की, तुमचं शिपाई येनार ! असंल, नसंल, ते धुऊन घेऊन जानार. गरिबांनी जायचं कुठं ?'

'तात्याबा !' बाजी उद्गारले, 'गेल्या वर्षी दुष्काळ होता. गडाची कोठारं भरली नाहीत, तर...'

'व्हय, धनी ! राजा न्हायला, तर परजा न्हानार ! म्या न्हाई म्हनत न्हाई. चार वर्सांमागं आपल्या गावात पन्नास घरटी व्हती. व्हय का न्हाई ? आज दोन ईसा धाबी न्हायली न्हाईत. कुठं गेली ती मानसं ? चौकशी केलीसा ?'

बाजींना ठसका लागला.

कुणीतरी पिंकदाणी बाजींच्या हाती दिली.

डोळ्यांत आलेलं पाणी पुसून बाजी करड्या आवाजात म्हणाले,

'तात्याबा ! आज कुरापत काढायची ठरवलीस, वाटतं ?'

'न्हाई, धनी ! इट्टलाशपथ न्हाई. रातसारी डोळ्यात डोळा लागला न्हाई.'

'काय झालं ?'

'काल परशाचा रानबा गाव सोडून गेला.'

'गाव सोडून गेला ?'

'व्हय, धनी ! एकानंबी त्येला आडवलं न्हाई.'

'का गेला ? आम्हांला माहीत नाही ! आम्ही गडावर होतो.'

'गडावरून कसं दिसनार, धनी !' तात्याबा म्हणाला, 'लई दूरची कानी हाय.'

'सांग.'

'सांगंन कवा तरी !' म्हणत तात्याबा उठला.

बाजी म्हणाले,

'उठू नको. सांग !'

'सांगतो ! गेल्या वर्साला रानबाची गाय व्याली. दूध बक्कळ व्हतं. कुनीतरी ही गोष्ट राजाच्या कानांवर घातली. त्यांच्या नातवाला गाईचं दूध पायजे व्हतं, म्हनं. गाय त्यांनी नेली.'

'पण त्या गाईची किंमत मी दिली आहे. फुकट नाही घेतली.'

तात्याबा खिन्नपणे हसला.

'धनी ! म्यानात तलवार असतीया, नव्हं ? जवा ती बाहीर पडतीया, तवा ती काय करती, हे कधी म्यानाला ठाऊक असतंय् ?'

'काय म्हनायचंय् तुला ?' बाजींनी विचारलं.

'तुमी गाईची किंमत भरलीसा, ते खरं हाय ! पन राजाला मागितलेल्या गाईची किंमत दिली, याचा राग आला. आनी रानबाची तरणीताठी लेक एक दिवस रानात लाकडं आनाय् गेली आन् परत आली न्हाई.'

'वाघरानं तिला मोडली, हा काय राजांचा दोष ?'

'आजपातूर वाघरांनी किती जनावरं मोडली ? धनी, ते वाघरू निराळं व्हतं !

लांडग्या-कोल्ह्यांनी फाडली तिला. म्या बघितली पोरीला. रानबा गावात राहील कसा ?'

'आता राणबाच्या घरात कोण राहतं ?' बाजींनी विचारलं.

तात्याबा हसला.

'मला इचारतासा ? ते तुमच्या कारभाऱ्याला इचारा ! जाऊ दे, धनी ! झालं गेलं, हून गेलं. इळा-भोपळा तुमच्या हातात. करशीला, ते खरं !'

तात्याबा आपल्या बुडाखालचं घोंगडं झटकून उठला. बाजींना मुजरा करून तो सदरेवरून उतरला. पण बाजींना त्याला परतवण्याचं बळ राहिलं नव्हतं. त्यांची नजर त्यांचे कारभारी गोविंदपंतांच्याकडं वळली.

गोविंदपंत साठीच्या घरातले. बाजींचे दूरचे नातेवाईक. बाजींच्या नजरेनं गोविंदपंत चपापले. ते गडबडीनं म्हणाले,

'म्हातारा भारीच तऱ्हेवाईक. कुठं काय बोलावं, याचं भानच नाही.'

'पंत, राणबाची कथा ऐकली, ती खरी ?'

'असं लोक बोलतात !'

'हं ! आता राणबाचं घर कुणाच्या ताब्यात आहे ?'

गोविंदपंत बाजींची नजर चुकवत, हात उडवत उद्‌गारले,

'नाही. म्हणजे काय झालं... ते घर... राणबा म्हणाला...'

'कळलं !' बाजी म्हणाले, 'एकूण ते घर तुम्ही घेतलंत, तर ! ठीक आहे. तुम्ही व्यवहार केला असेल. मी नाही म्हणत नाही. पण या क्षणापासून तुम्ही आमचे कारभारी नाही. तुम्ही आमचे आप्त. परत असली कागाळी आमच्या कानांवर येऊ देऊ नका. नतीजा बरा होणार नाही. कळलं ? चला !'

गोविंदपंतांचा टाळा वासला गेला होता. पण तिकडं बाजींचं लक्ष नव्हतं. तात्याबाच्या बोलण्यानं त्यांचं मन उद्विग्न झालं होतं. झोपाळ्याचे झोके वाढले होते. सदरेवरच्या कुणाला काही बोलण्याचं धैर्य नव्हतं. संजाबावरून हात फिरवीत आपल्याच विचारात बाजी मग्न झाले होते.

जेव्हा ते भानावर आले, तेव्हा त्यांचं लक्ष चौकाकडं गेलं. सदरेलगत चौकात एक तरुण उभा होता. मांड-चोळणा परिधान केलेल्या त्या तरुणाच्या मस्तकी मराठेशाही पगडी शोभत होती. ओठावर कोवळ्या मिशीची काळी रेघ उमटली होती. चेहऱ्यावर प्रसन्न स्मित रेंगाळत होतं. बाजींची नजर वळताच त्यानं मुजरा केला.

'कोण ?' बाजींनी विचारलं.

'मी यशवंतराव जगदाळे ! भोरच्या गुणाजीरावांचा मुलगा.'

'का आलात ?'

'आबांनी तुमांस्नी भेटायला सांगितलं. धारकरी म्हनून पदरी घ्यावं.'

त्या कोवळ्या तरुणाकडं बाजी कौतुकानं पाहत होते. पट्टा, विटा, तलवार, भाला या सर्व शस्त्रांत जो पारंगत असेल, तो धारकरी.

'धारकरी !' बाजी उद्गारले. 'यशवंतराव, आम्ही गुणाजींना ओळखतो. ते आम्हांला परके नाहीत. आम्ही तुम्हांला जरूर आमच्याकडं घेऊ. पण धारकरी म्हणून नव्हे ! शिपाईगिरीत या. पुढं तुमचं कसब आणि इमान बघून आम्ही तुम्हांला जरूर मोठेपण देऊ.'

'मी धारकरी हाय ! ती जागा मिळाली, तरच आमी चाकरीला येऊ.' यशवंत म्हणाला.

'अस्सं !' आपला संताप आवरत बाजी म्हणाले, 'कोणती हत्यारं चालवता तुम्ही ?'

'तलवार, भाला, पट्टा, फरीगदगा...'

'अरे, वा !' बाजी मिशीवरून पालथी मूठ फिरवीत होते. पण ओठांवर आलेलं हसू लपत नव्हतं. एकदम बाजी ओरडले,

'कोण आहे तिकडं !'

सेवक धावले.

बाजींनी आज्ञा केली,

'हत्यारं घेऊन या.'

काही क्षणांत बाजींच्या समोर हत्यारं ठेवली गेली.

'यशवंतराव, पट्टा उचला. बघू तुमचं कसब.'

यशवंत सदरेवर आला.

तिथं दोन-तीन पट्टे ठेवले होते. काही क्षण तो पट्टे निरखीत होता. एक एक पट्टा हाती घेऊन त्यानं तो तोलला आणि शेवटी एक पट्टा निवडला.

त्यानं निवडलेला पट्टा पाहताच बाजींचा संताप वाढला.

यशवंतनं निवडलेला पट्टा खुद्द बाजींचा होता.

पट्टा घेऊन यशवंत चौकात उतरला.

बाजींनी आपल्या दोन धारकऱ्यांना बोलवलं. बाजी म्हणाले,

'तलवारी घ्या.'

यशवंतनं चौकात वीरासन घेतलं. उजव्या हातातील पट्टा सरळ धरून त्यानं बाजींना वंदन केलं.

बाजींनी मान तुकवली आणि यशवंतनं उड्डाण करून पट्टा चालवायला सुरुवात केली.

बाजींनी आपल्या धारकऱ्यांना आज्ञा केली,

'चला !'

यशवंत विजेच्या चपळाईनं पट्टा चालवीत होता. दोन्ही बाजूंनी आलेल्या

धारकऱ्यांना पुढं घुसण्याची संधी मिळत नव्हती.

बाजी थक्क होऊन यशवंतची करामत बघत होते.

सदरेवरचं कोणीतरी म्हणालं,

'खरा धारकरी हाय.'

बाजींच्या कानांवर ते शब्द पडले. बाजींनी आज्ञा केली,

'भाला घ्या !'

धारकऱ्यांनी भाले उचलले. यशवंतचा पट्टा चौफेर फिरत होता. धारकऱ्यानं भाला फेकला.

बाजींच्या हृदयाचा एक ठोका चुकला. सरसर भाला आला आणि मध्येच दोन तुकडे होऊन तो भाला कोसळला.

'भले !' बाजी भान हरपून म्हणाले, 'बंद करा !'

तिघेही वीर आपला खेळ थांबवून बाजींच्याकडं पाहत होते.

बाजी झोपाळ्यावरून उठले. यशवंतवर नजर खिळवत ते म्हणाले,

'पट्टा उतरा आणि तलवार घ्या.'

यशवंतनं तलवार हाती घेतली. बाजींनी आज्ञा केली,

'माझी ढाल आणा.'

ढाल आणली जाताच बाजी ती ढाल डाव्या हाती घेऊन चौकात उतरले. त्यांच्या चेहऱ्यावर हासू होतं. यशवंतला बाजी म्हणाले,

'चालव तलवार...'

नुसत्या ढालीनिशी उभ्या असलेल्या बाजींना बघून यशवंत उद्गारला,

'जी !'

'चालव म्हणतो ना ! तुझ्यासारख्या पोरासंगती खेळायचं, तर तलवार कशाला पायजे ? चल !'

यशवंतनं तलवारीचे हात करायला सुरुवात केली.

येणारा प्रत्येक वार बाजी हसत ढालीवर घेत होते. हसत होते.

त्या हसण्यानं यशवंतचा संताप नकळत वाढत होता. तो त्वेषानं तलवार चालवत होता.

बाजी यशवंतला खेळवत होते. बाजी हसून ओरडले,

'काय, यशवंतराव, रग जिरली ?'

त्या उद्गारांनी यशवंतचं भान हरपलं. त्वेषानं तो बाजींवर तुटून पडला.

ढालीवर पडणारा प्रत्येक घाव बाजींना त्याच्या ताकदीचा अंदाज देत होता. बाजी कौतुकानं यशवंतकडं पाहत होते. त्याच वेळी यशवंतनं बगल दिली. नकळत बाजींची ढाल त्या बाजूला झुकली आणि मोहरा बदललेली तलवार बाजींच्या हातावर उतरली.

बाजींनी आपल्या उजव्या हाताकडं पाहिलं.

अंगरख्यातून तांबडी रेघ उमटत होती.

यशवंतनं तलवार फेकली आणि बाजींचे पाय धरले.

'उठा ! यशवंतराव, तुम्ही खरे धारकरी आहात. आमच्या शिलेदारीत तुमची नेमणूक केली आहे. उठा !'

'माझ्यामुळं आपणांला....'

'चालायचंच ! असल्या खरवडींना आम्ही दाद देत नाही.' वाड्याकडं पाहत बाजी म्हणाले, 'जरा तेल- हळद घ्या.'

बाजी वाड्यात गेले. आतल्या सोप्यात ते जेव्हा गेले, तेव्हा गौतमाई तेल-हळद घेऊन आल्या होत्या. पाठोपाठ सोनाबाई आल्या. बाजी अंगरखा उतरत म्हणाले,

'काही झालं नाही.'

दोघी बाजींच्या दंडावरची जखम पाहत होत्या.

जखम किरकोळ होती. रक्त यायचं थांबलं होतं.

गौतमाई जखमेवर तेल लावत असता सोनाबाई म्हणाल्या,

'असला कसला खेळ खेळायचा !'

बाजी हसले. म्हणाले,

'आमचा पानाचा डबा मागवून घ्या.'

गौतमाई बाजींच्या जखमेवर पट्टी बांधत होत्या. त्यांच्याकडं पाहून बाजी हसत होते. गौतमाई त्या हसण्यानं चिडल्या. त्या म्हणाल्या,

'हसायचं कसलं ते !'

'तुम्हांला माहीत नाही.' बाजी सांगत होते, 'पोर मोठं गुणी आहे. पट्टा चालवताना पाहिलं नाहीत. पाय कसं नाचवीत होतं, ते ! आणि तलवारीची सफाई केवढी ! त्याचा बाप गुणाजी असाच धारकरी होता.'

'होता !' सोनाबाई उद्गारल्या.

'हां ! बांदलांचं आणि जेध्यांचं जेव्हा वैर पेटलं, तेव्हा हा गुणाजी जेध्यांच्या बाजूनं लढत होता. लढाईत कुणीतरी पायावर वार केला. गुणाजी अधू बनला. त्यानंच पोराला तयार केलं आणि माझ्याकडं पाठवलं.'

बाजींनी अंगरखा चढवला आणि त्याच वेळी बाहेरून घोड्यांच्या टापांचा आवाज आला. बाजी उठले आणि सोनाबाईंनी पगडी पुढं केली.

'कोण आलं ?'

'दाजीसाहेब !' सोनाबाई म्हणाल्या.

'कोण ! दादासाहेब ?' म्हणत बाजींनी पगडी घातली आणि गडबडीनं ते बाहेर आले.

सोनाबाईंनी सांगितलेलं खोटं नव्हतं.

बाजींचे थोरले बंधू फुलाजी चौकातून सदरेकडं येत होते.

फुलाजी देशपांडे बाजींच्यापेक्षा वयानं मोठे. बाजींच्यासारखीच त्यांची अंगलट. कोणीही दोघांना एकत्र पाहिलं, तर ते सख्खे बंधू आहेत, हे ओळखावं.

बाजी तत्परतेनं सदरेच्या पायऱ्या उतरले. फुलाजींना वाकून नमस्कार केला. फुलाजी म्हणाले,

'बाजी, तातडीनं गड गाठायला हवा. राजांची तशी आज्ञा आहे.'

'काय झालं ?' बाजींनी विचारलं.

'शिवाजी भोसल्याचा खलिता आला आहे.'

'खलिता ?' बाजी उद्गारले.

'चला. आत सांगतो !'

दोघे सदर ओलांडून वाड्यात प्रवेश करते झाले.

सोनाबाई आणि गौतमाबाईंनी फुलाजींना वाकून नमस्कार केला. आशीर्वाद पुटपुटत फुलाजी म्हणाले,

'आम्ही गडावर जाणार आहोत तातडीनं !'

दोघे बंधू शयनगृहात गेले. फुलाजी पलंगावर बसले. बाजी जवळ उभे होते.

'काय म्हणतो शिवाजी भोसला ?' बाजींनी विचारलं.

'काय म्हणणार ! आपल्या पुंडाव्यात सामील व्हा, असं सांगतो.' फुलाजींनी उत्तर दिलं.

'मग, राजे काय म्हणाले ?'

'त्यासाठी तर तुला बोलावलंय्. तू त्यांचा प्रधान. तू सल्ला देशील, तो खरा. पानावर बसणार असाल, तर जेवायला गडावर घेऊन या, असं सांगितलंय् राजांनी !'

बाजी, फुलाजी शयनगृहाच्या बाहेर आले.

सोनाबाई, गौतमाई सोप्यात उभ्या होत्या.

त्यांच्याकडं वळून फुलाजी म्हणाले,

'आम्हांला गडावर तातडीनं जायला हवं !'

'भोजन करून गेलं, तर...' सोनाबाई म्हणाल्या.

'तेवढी उसंत नाही.' फुलाजी म्हणाले.

दोघींनी फुलाजींना वंदन केलं आणि दोघं सदरेवर आले.

सदरेवर म्हातारे तात्याबा म्हसकर उभे होते. पागेबाहेर आणलेली घोडी आणि दोघांचे वेश बघून तात्याबांनी विचारलं,

'कुठं जायचा बेत ?'

'विचारलंत कुठं म्हणून ?' बाजी उद्वेगानं म्हणाले, 'येवढं वय झालं, तरी

एखादा बाहेर जाताना कुठं म्हणून विचारू नये, हे, तात्याबा, कसं कळत नाही ?'

'चुकलंच ते... तात्याबा म्हणाले, 'आता वय झालं नव्हं !'

'जाऊ दे, रे !' फुलाजी बाजींना म्हणाले; आणि तात्याबाकडं पाहून ते बोलले, 'तात्याबा ! राजांचा निरोप आलाय्. गडावर आम्ही जातो.'

'मग, येऊ मी ?'

'चल की ! पण तू चालत येणार आणि आम्ही घोड्यावरून जाणार !'

तात्याबानं आपल्या पांढऱ्या मिशीला पीळ भरला आणि तो म्हणाला,

'म्हातारा झालो, म्हणून मांड ढिली झाली न्हाई.'

सारे हसले. बाजी म्हणाले,

'तात्याबा, ते खरं ! पन आता तू घरी जाणार. निरोप घेणार. वेळ होईल.'

'कसला निरोप ! वाड्यावर आलो, तवाच निरोप घेतला घरी. कोन तरी सांगंल घरला; धन्यासंगं गडावर गेलो, म्हणून. आता काय तरनाताठा मी, ते कारभारणीला निरोप सांगू ? त्यो तुमी सांगायचा !'

तात्याबाच्या बोलण्यानं सदरेवरच्या साऱ्यांना हसू आलं.

बाजी म्हणाले,

'बरं, चल ! उगीच वटवट नको.'

चौकात दोघांचे घोडे घेऊन सेवक उभे होते.

बाजींचं लक्ष यशवंतकडं गेलं. ते फुलाजींना म्हणाले,

'दादासाहेब, हा यशवंत जगदाळे. गुणाजीचा मुलगा. धारकरी म्हणून आम्ही त्याला घेतला आहे.' यशवंतकडं वळून बाजी म्हणाले, 'यशवंतराव, तुमची नेमणूक आमच्या वाड्यावर. लक्ष ठेवा.'

तात्याबासह दोघे बंधू स्वार झाले. वाड्याबाहेर जाताच शिलेदारांचं पथक त्यांना मिळालं. रोहिड्याच्या दिशेनं घोडी उधळत निघाली.

गर्द राईतून घुमणारा टापांचा आवाज बराच वेळ ऐकू येत होता...

❐

दोन प्रहरची वेळ असूनही हवेतला गारवा कमी झाला नव्हता. दोहों बाजूंच्या हिरव्या गर्द रानांतून बाजी, फुलाजी दौडत होते. पाठीमागून शिबंदी धावत होती. आकाशात चढलेला रोहिडा किल्ला नजरेत येत होता.

किल्ल्याच्या प्रथम दरवाज्याशी पहारेकऱ्यांचे मुजरे स्वीकारून बाजी- फुलाजींनी किल्ल्यात प्रवेश केला. बांदल देशमुखांच्या वाड्यापुढं दोघे पायउतार झाले. वाड्याच्या नगारखान्यातून आत जाताच त्यांचं लक्ष सदरेकडं गेलं.

नक्षीदार शिसवी खांबांनी सदर सजली होती. प्यालेल्या तेलामुळं त्या

खांबांना एक वेगळाच तजेला प्राप्त झाला होता. सदरेवर कृष्णाजी बांदलांची खास माणसं बसली होती.

कृष्णाजी बांदलांनी साठी ओलांडली असली, तरी त्यांचा ताठा कमी झाला नव्हता. कानाच्या पाळीपर्यंत आलेले भरघोस कल्ले, ओठावरच्या पिळदार मिशा त्यांच्या गोल चेहऱ्याला शोभत होत्या. कृष्णाजी उंचीला कमी असले, तरी त्यांचा बांधा भरदार होता. पांढराशुभ्र अंगरखा आणि पायांत तंग विजार घातलेले कृष्णाजी सदरेच्या मधून येरझाऱ्या घालीत होते. त्यांच्या हाती हुक्क्याची नळी होती. त्यांच्या पावलांचा अंदाज घेऊन परातीत हुक्कादान घेतलेला सेवक त्यांच्याबरोबर चालत होता.

कृष्णाजी बांदलांचं लक्ष बाजी- फुलाजींकडं गेलं. त्यांना पाहताच त्यांच्या नमस्काराचा स्वीकार करून कृष्णाजी म्हणाले,

'या ! बाजी, आम्ही तुमचीच वाट पाहत होतो.'

बाजी- फुलाजी सदरेवर गेले.

कृष्णाजी बांदलांना उसंत नव्हती. त्यांचे सल्लागार भास्करपंत यांना ते म्हणाले,

'द्या ! बाजींना तो भोसल्यांचा खलिता द्या ! मी सांगतो, ही अक्कल त्या शिवाजी भोसल्याची नव्हे. ही ऽ ही त्या दादोजी कोंडदेवांची आहे.' हुक्क्याचा झुरका घेऊन ते हुक्क्याची नळी हातात उंचावत म्हणाले, 'ते विसरले असतील, पण आम्ही विसरलो नाही. आमच्यावर हा दादोजी चालून आला असता आम्ही त्याचे स्वार पिटाळून लावले. घोड्यांच्या दांड्या तोडल्या. शिवापूर गाठेपर्यंत त्याला पुरेवाट झाली. एकदा मार खाऊन गेला, तरी अक्कल येत नाही.'

कृष्णाजी बांदलांचं लक्ष खलिता वाचण्यात गढलेल्या बाजींच्याकडं गेलं.

कृष्णाजीपंतांचा संताप उफाळला.

'बघा ! त्या भोसल्याची भाषा बघा ! ते, म्हणे, बारा मावळचे जहागिरदार ! शहाजी भोसल्याची जहागीर, म्हणे ! आणि आम्हांला विचारतो, राजे केव्हापासून झालात ! हो हो ! आम्ही राजे म्हणवितो. आमची हिरडस मावळात सत्ता आहे ! म्हणावं, ज्याच्या हाती ससा असतो, तोच पारधी.'

कृष्णाजी बांदलांचे गाल बेडकासारखे थरथरत होते. नाकाचा शेंडा तांबडाबुंद झाला होता. हुक्क्याचे दोन झुरके घेऊन क्षणभर थांबत आणि तरारा चालत ते बोलत होते,

'आम्हांला सांगतो ! आम्ही, म्हणे, प्रजेवर बदअंमल करतो. शिवाजीच्या कागाळ्या विजापूरला कळवतो ! का कळवणार नाही ? आम्ही चाकरी करतो, ती बादशहांची ! ते बादशहाच ! येवढ्या तक्रारी केल्या, तरी अजून झोपेत आहेत. समजेल एक दिवस, शिवाजी म्हणजे काय, ते !'

बाजींनी शिवाजीचा खलिता लक्षपूर्वक वाचून, तो खलिता परत भास्करपंतांच्या हाती दिला.

कृष्णाजी बांदलांनी विचारलं,

'बाजी, काय म्हणता ?'

बाजींनी भास्करपंतांकडं पाहिलं आणि विचारलं,

'पंत ! तुमचा काय सल्ला आहे ?'

भास्करपंत आवंढा गिळत म्हणाले,

'नाही, म्हणजे त्याचं काय आहे; शिवाजी भोसल्याचा पुंडावा वाढतो आहे, हे खरं ! पण त्यासाठी वैर पत्करण्याऐवजी सलूख होतो का, पाहावं. ते नाही जमलं, तर मग आहेच शेवटचा मार्ग.'

'म्हणजे, लढाई ना ?' बाजी हसून म्हणाले.

'लढाई !'

बांदलांच्या तोंडात हुक्क्याची नळी तशीच राहिली. दुसऱ्या क्षणी हुक्कादान घेतलेल्या सेवकाच्या कानशिलावर त्यांची चपराक उठली. ते गर्जले,

'हरामखोर, हुक्क्यात इंगळ नाही आणि माझ्यामागून नुसता फिरतो. चाकरी सोड आणि देवीचा तळेकरी हो.'

सेवक हुक्कादान घेऊन वाड्यात धावत गेला. कृष्णाजी बांदल भानावर आले. शंकित नजरेनं बाजींच्याकडं पाहत ते म्हणाले,

'पण, पंत म्हणतात, तसा प्रयत्न करून पाहिला, तर...'

'राजे ! म्हणजे सलोखा करावा, म्हणता ?' बाजींनी विचारलं.

'उगीच कटकट कशाला वाढवावी ? तो येऊ दे. बघू, काय म्हणतो, ते.'

बाजी हसले. ते म्हणाले,

'तो येतो, तेव्हा काही म्हणत नाही. तो करून मोकळा होतो.'

'आँ !' कृष्णाजींनी टाळा वासला.

'राजे, हा शिवाजी आज कोंढाणा, चाकण, तोरणा, रायगड, पुरंधर, आणि जावळी घेऊन मोकळा झाला आहे. हे गड, हा मुलूख कसा घेतला ? पुरंधरवर भावांची भांडणं मिटवण्यासाठी याला बोलावला. त्यानं त्या भांडणाचा फायदा घेऊन गड ताब्यात घेतला. जावळी अशीच विश्वासघातानं काबीज केली. मोऱ्यांचं पारिपत्य करण्यात यश मिळवलं. येवढंच कशाला ! खुद्द त्याचे मामा सुपेकर मोहिते; त्यांच्याकडं दिवाळीची खुशाली मागायला जाऊन, त्याच आपल्या मामाच्या मुसक्या आवळून त्याला बेंगळूरला पाठवलं. तो शिवाजी उद्या या गडावर घेतलात, तर तो काय बनाव करील, याचा विश्वास भास्करपंत देतात ?'

त्या शेवटच्या सवालानं भास्करपंत दचकले. त्यांचं दंतहीन थोबाड वासलं गेलं. आवंढा गिळत ते म्हणाले,

'ते खरं... मी तसं नाही म्हणत... पण..'

'पंत, पण नाही.' बाजी निश्चयानं म्हणाले, 'राजे, जगायचं, तर मानानं जगावं. आपण आदिलशहाचे नोकर. आज ना उद्या या शिवाजीवर आदिलशाही तुटून पडेल. पडावंच लागेल. शिवाजीचा पराभव झाला की, शिवाजीशी हातमिळवणी करणाऱ्या साऱ्यांवर आदिलशाहीची वक्रदृष्टी होईल. त्या वेळी आपलं भवितव्य काय राहील ? आदिलशाही विरुद्ध टक्कर द्याल ?'

त्या सवालानं कृष्णाजी बांदलांना थरकाप सुटला.

'आम्ही तसं कुठं म्हणतो ? बाजी, आम्हांला तुमचा सल्ला हवा.'

'आमचं स्पष्ट मत आहे. हा शिवाजी मोठा होण्याआधी त्याचा पुंडावा मोडायला हवा. त्याला बांदलांचं एकच उत्तर जाईल...'

'काय ?'

'उद्या चाल करून येणार असाल, तर आजच या. आम्ही वाट बघतो.'

साऱ्यांनी बाजींचा निर्णय मान्य केला. नव्या आणलेल्या हुक्कादानाची चव घेत कृष्णाजी म्हणाले,

'वैर पदरात घ्यायचं, तर पुरं घ्यावं, त्या शिवाजीला खरमरीत उत्तर पाठवा. आणि हे बघा, आता तुम्ही, फुलाजी गडावर ऱ्हावा. तो कधी येईल, सांगता यायचं ऱ्हाई. गड मजबूत ठेवा.'

❐

राजगडावर शिवाजीराजांच्या सदरेत, राजांचे खासे लोक गोळा झाले होते. त्यांत नेताजी पालकर, गोदाजी जगताप, वाघोजी तुपे, हिरोजी हिंगळे, सिदोजी पवार, महाडिक, मालुसरे, मोरोपंत ही मंडळी नजरेत येत होती. शिवाजीराजे आपल्या आसनावर बसले होते. राजांचे दिवाण शामराज नीळकंठ, बांदलांचा खलिता वाचत होते. शिवाजीराजांचा खलिता घेऊन गेलेले आबाजी विश्वनाथ राजांच्या शेजारी उभे होते. आबाजी विश्वनाथ हे राजांच्या अनेक हेरांपैकी एक हेर.

बांदलांचा खलिता वाचून होताच राजांच्या मुखावर स्मित उमटलं. ते म्हणाले,

'ठीक आहे ! जगदंबेची इच्छा ! आम्ही सामोपचारानं माणसं गोळा करू पाहतो आणि ही माणसं वाकड्यात शिरतात. बांदल सांगतील, ते ऐकायलाच हवं. उद्या जायचं, ते आजच जाऊ !'

राजांचा तो निर्णय ऐकून साऱ्यांच्या चेहऱ्यांवर उत्साह प्रगटला.

राजांचं लक्ष आबाजी विश्वनाथाकडं गेलं. त्यांनी विचारलं,

'आबाजी, रोहिड्याची काय हालत आहे ?'

‘राजे ! गड तसा मजबूत नाही. बांदलांचा दिवाण बाजीप्रभू हा कुशाग्र बुद्धीचा धारकरी आहे. एका हाकेबरोबर हिरडस मावळ उभा करण्याची त्याची ताकद आहे. पण गडावर मात्र बेदिली आहे.’

‘बेदिली ?’

‘जी ! कृष्णाजी बांदल हा मोठा लहरी आहे. त्याच्या भोवती खुशमस्कऱ्यांचा गराडा असतो.’

‘गल्लत होते, आबाजी ! याच बांदलांनी जेध्यांचा पराभव केला, हे विसरू नका.’

‘त्यालासुद्धा एक कथा आहे.’

‘कसली कथा ?’

‘जेव्हा जेधे-बांदलांचं वैर पेटलं, तेव्हा बांदलांना यश येईना. कृष्णाजी बांदलांची स्त्री दीपाबाई बांदलांच्या गैरमर्जीमुळं कैदेत होती. तिला बेड्या घातल्या होत्या. ती साध्वी होती. जेधे-बांदल लढाईत यश येईना, तेव्हा वडिलधाऱ्या माणसांनी, दीपाबाईची बेडी तोडून तिला सन्मानानं वागवावी, म्हणजे यश प्राप्त होईल, असं सांगितलं. कृष्णाजी बांदलानं तसं केलं. दीपाबाईचा आशीर्वाद घेतला आणि बांदलांनी जेध्यांचा पराभव केला. ही कथा गडावर मशहूर आहे.’

‘असेल ! साध्वीच्या आशीर्वादाचं माहात्म्य आम्ही नाकारीत नाही. रावण दुष्ट असला, तरी त्याची पत्नी मंदोदरी साध्वी होतीच ना ! आबाजी, गडाची हालत काय आहे ?’

‘गड तसा भारी नाही. दक्षिणेची बाजू दुर्लक्षित आहे. गडाभोवती मेटे नाहीत.’

‘ते कसं कळलं ?’

‘एके रात्री दोन चंद्रमे दिले आणि गडाच्या पहारेकऱ्यांनी मला रात्री गडाचे दरवाजे उघडून खाली जाऊ दिलं.’

‘छान केलंत. आता उसंत नाही. बिचारे बांदल आणि त्यांचे दिवाण बाजी आमची वाट पाहत असतील.’

नेताजी पालकर आवेशानं उठले. त्यांनी राजांना मुजरा केला.

‘काय ! काय बेत ?’ राजांनी विचारलं.

‘राजे, ही कामगिरी मला द्यावी !’

‘नाही.’ नकारार्थी मान हलवीत राजे म्हणाले, ‘बांदलांनी आम्हांला आव्हान दिलं आहे. ही कामगिरी आम्हांलाच पार पाडायला हवी.’

नेताजी काही बोलण्याचा प्रयत्न करीत असता राजे त्यांना म्हणाले,

‘काका, आठवतं ? जावळीच्या मोऱ्यांनी आम्हांला असाच निरोप पाठविला होता. त्यासाठी आम्ही ती मोहीम स्वीकारली होती. बांदलांचा समाचार आम्ही

जातीनं घेऊ.'

आपल्या आसनावर बसलेले दादोजी कोंडदेव म्हणाले,

'राजे, आपला निर्णय योग्य आहे. दोन दिवसांवर अमावस्या आली आहे. ती पार पडली की, मोहीम हाती घ्यावी.'

'नाही, दादोजी ! अमावास्येचं भय आम्हांला नाही. तुम्हीच आमची मुद्रा तयार केलीत ना ! प्रतिपच्चंद्रलेखेव वर्धिष्णुर्विश्ववन्दिता । साहसूनोः शिवस्यैषा मुद्रा भद्राय राजते ।। प्रतिपदेच्या चंद्रकोरीप्रमाणे वृद्धिंगत होत जाणारी, विश्वानं वंदिलेली अशी शहाजीपुत्र शिवाची मुद्रा लोक कल्याणास्तव मानानं नांदते आहे. दादोजी, तो प्रतिपदेचा विजय घरी आणायचा झाला, तर त्याला अमावास्येलाच बाहेर पडायला हवं ! अमावास्या, प्रतिपदा, पौर्णिमा आम्हांला नेहमीच फलदायी ठरलेली आहे.'

राजे आसनावरून उठले. ते सदरेवर नजर फिरवीत होते.

'आबाजी, तुम्ही गडाचे माहितगार. तुम्ही, नानाजी, येसाजी, जगताप, पवार, मालुसरे—तुम्ही सर्वांनी योग्य ती माणसं गोळा करा. आम्ही ही गोष्ट मासाहेबांच्या कानांवर घालून परत सदरेवर येऊ.'

राजे सदरेतून उठून वाड्यात गेले.

❐

रात्र वाढत होती. रोहिडा किल्ल्यात बांदलांच्या वाड्याशेजारी असलेल्या घरात बाजी- फुलाजींचा मुक्काम होता. अचानक फुलाजींना जाग आली. त्यांचं लक्ष चौपाईच्या खाली गेलं.

बाजींचं हंतरूण मोकळं होतं. बाहेरच्या सोप्यात टेंभे जळत होते.

फुलाजींनी हाक मारली.

'बाजी ऽ '

'जी !' म्हणत बाजी आत आले.

'झोपला नाहीस ?'

'काय झालं, कुणास ठाऊक ! झोपच लागेना. त्यात अमावास्या. घुबडांनी तर वैताग आणलाय्.'

'वडावर त्यांची वस्तीच आहे. बिचारी आवाज देणारच !

त्याच वेळी घुबडांचा घूत्कार परत ऐकू आला. पाठोपाठ एक कोकिळा ओरडली.

'ऐका ! पण हा घुबडाचा आवाज नव्हे आणि या दिवसांत कोकिळा ओरडते ?'

अर्धवट झोपेतल्या फुलाजींची झोप उडाली.

'रखवालाऽऽ' रखवाल्याची आरोळी कानांवर आली. घुंगूर लावलेल्या काठीचा आवाज उठला.

फुलाजी हसले.

'काही तरी मनात आणू नको. तुला भास झाला असेल. झोप तू. सगळं ठीक आहे.'

बाजींनी भावाची आज्ञा मानली आणि ते निजले. पण डोळे मिटूनही डोळ्यांत झोप उतरत नव्हती. मनाची हुरहूर वाढत होती.

❏

रात्रीच्या वेळी राजांचं अश्वपथक संकेतस्थळी पोहोचलं. गर्द रानानं व्यापलेल्या त्या रानात रातकिड्यांचा अखंड नाद उमटत होता. हवेतला गारवा जाणवत होता. राजांच्या स्वागतासाठी आबाजी विश्वनाथ, नेताजी वगैरे उभे होते.

राजांनी विचारलं.

'आबाजी, बेत कसा ?'

आबाजी म्हणाला.

'सारे पुढे गेले आहेत. शिड्या पुढं पाठविल्या आहेत. गल्लत कुठंच होणार नाही. चलावं !'

'ठीक ! चला.'

शिवाजीराजे धारकऱ्यांच्या मागून चालत होते.

बरंच अंतर चालल्यानंतर रान संपलं आणि काळोखातल्या रोहिड्याचं दर्शन राजांना घडलं.

एक शीळ घुमली आणि झाडा-झुडपांतून हजारो मावळे बाहेर पडले. आबाजी म्हणाले,

'राजे, आम्ही शिड्या लावून गड गाठतो. पहिल्या दरवाज्याशी तुम्ही या. दरवाजा उघडताच तुम्ही प्रवेश करा. गडात काही धोका होणार नाही. आम्ही येतो. जय भवानी !'

'जय भवानी !' राजे नकळत उद्गारले.

काळोखातून दिसेनाशी होणारी माणसं आणि अस्पष्ट होत जाणारे त्यांच्या पावलांचे आवाज ऐकत राजे उभे होते.

❏

गडावर दाट धुकं उतरत होतं. बोचरी थंडी अंगावर शहारे आणीत होती. तशा थंडीत दक्षिणेच्या बुरुजाखाली पाच-पन्नास मावळे सरपटत वर चढत होते. दोन शिड्या तटाला लावल्या गेल्या. आबाजी विश्वनाथनं मनातल्या मनात देवाचं स्मरण करून तलवार उपसली. कपाळी लावून दातात धरली आणि शिडीच्या पायंड्यावर पाय ठेवला. त्याच्या पाठोपाठ मावळे चढत होते.

गडाच्या-बुरूज चौकांतून टेंभे जळत होते. पण धुक्यामुळं त्यांची जाणीव होत नव्हती. तट गाठताच आबाजी विश्वनाथानं तलवार दुशेल्यात खोवली. भाला हाती घेतला. तटावर आलेल्या लोकांना इशारत दिली आणि सराइताप्रमाणे चालत आबाजी धुक्यात नाहीसा झाला.

आबाजी सरळ महाद्वाराजवळ आला.

एक पहारेकरी पेंगत उभा होता. देवडीची मशाल पेटत होती. धुमी थंडावत चालली होती.

दुसरा पहारेकरी घोंगडं लपेटून घेऊन झोपला होता.

'छान पहारा चाललाय् !' आबाजी म्हणाला.

त्याबरोबर पेंगणारा पहारेकरी दचकून जागा झाला. झोपलेला उठून बसला होता. दोघे तारवटलेल्या डोळ्यांनी आबाजीला बघत होते.

'अवं, राव, बघतायूसा काय ?'

'आयला, पन तुमी आलासा कवा ?' एकाला वाचा फुटली.

'असाच पहारा करा ! तुमी चिलमी फुकत बसनार आणि मालक हुक्का ओढणार ! गडावर कोन, कवा आलं, तेबी कळायचं न्हाई. काल सांजचंच आलो. शिवाजी राजं खलिता देणार आनि तुमचं बांदल राजं खलिता घेनार ! मग बांदल राजं खलिता देनार आनि शिवाजी राजं खलिता घेनार ! मग शिवाजी राजा....'

'समजलं ! पन येवढ्या रातीचं का आलासा ?'

'ते तुमच्या धन्याला इचारा. घोडं मेलं ओझ्यानं आणि तट्टू मेलं येरझाऱ्यानं. तशी गत झालीया माझी...'

'पन येवढ्या रातीचं का आलासा ?'

'सांगतो, दम हाय, का न्हाई ! तुमच्या मालकाचं वय झालं. झोप येत न्हाई. बोलत बसलं. उठणार कसं ?' आबाजीचा आवाज बदलला. 'राव, जरा गडाखाली जायला होवं.'

'या वख्ताला ?'

'व्हय ! दिस उगवायच्या आत येतो, बघा.'

'कुनालाबी दरवाजा उघडायचा न्हाई, असा बाजींचा हुकूम हाय.' पहारेकरी म्हणाला.

'दरवाजा उघडू नका. दिंडी उघडा. येवढ्या रातीचं कोन बघतंय् ?'

'पन जाता कशाला ?' पहारेकऱ्यानं डोकं खाजवत विचारलं.

दुसरा पहारेकरी तरण्याबांड आबाजीकडं बघत होता.

तो हसला. म्हणाला.

'पाखरू हेरलं असलं !'

आबाजी लाजला, चोळण्याच्या खिशात हात घालून त्यानं पाच चंद्रमे काढले आणि शिपायांच्या हाती दिले.

क्षणभर विचार करून पहारेकऱ्यानं हळूवार हातानं दिंडीची साखळी काढली आणि तो कुजबुजला,

'परवलीचा शबूद हाय कावळा. पन, शिलेदार, लौकर या.'

'आलोच !' म्हणत आबाजीनं दिंडीबाहेर पाऊल टाकलं. पहारेकरी दिंडी लावत असतानाच आवाज आला, 'कावळा !'

पहारेकऱ्यानं दिंडी किलकिली केली. आबाजी आत पाऊल टाकत म्हणाला,

'भाला ऱ्हायला !'

आबाजी आत आला. भिंतीला टेकवून ठेवलेल्या भाल्याकडं तो जात असता पहारेकरी पाहत होते. दिंडीतून आत येणाऱ्या मावळ्यांकडं त्यांचं लक्ष नव्हतं. क्षणात दोन्ही शिपाई गारद केले गेले. आबाजीनं दरवाज्याच्या आडण्याकडं बोट दाखवलं. तो प्रचंड आडणा करकरत सरकला. आवाज करीत दरवाजा उघडला गेला. हाती तलवारी घेतलेले मावळे किल्ल्यात घुसत होते आणि त्याच वेळी आबाजी ओरडला,

'हर हर महादेव ऽऽ'

एकच किलकारी उठली. अमावास्या आणि दाट धुकं यांमुळं चार पावलांवरचा माणूस दिसत नव्हता. दक्षिणेच्या तटाकडून 'हर हर महादेव ऽ' ची साद उठली, आबाजी विश्वनाथ गंजीखान्याकडं धावला. वाटेत येईल, तो शत्रू कापला जात होता. आबाजीनं गंजीखाना गाठला आणि चकमकीनं गंजीखान्याला आग लावली. गंजीखाना धडाडून पेटत होता. साऱ्या गडावर एकच कल्लोळ माजला होता. पेटत्या गंजीखान्याच्या उजेडात सारा गड प्रकाशित झाला होता.

❒

गडावर उठलेल्या किलकारी ऐकताच बाजी-फुलाजी ताडकन् उठले. क्षणभर त्यांनी आवाजाचा अंदाज घेतला. बाजी- फुलाजींनी अंगरखे चढवले. दुशेले आवळले. तलवार दुशेल्यात खोवली. बाजींनी हातात पट्टा चढवला. फुलाजींनी ढाल-तलवार हातात घेतली आणि दोघे वीर धावत घराबाहेर आले.

गडाचं रूप पाहून बाजींचा डोळ्यांवर विश्वास बसत नव्हता. सारा किल्ला

प्रकाशमान झाला होता. ठिकठिकाणी हातघाईच्या लढाया चालू होत्या. तलवारींचा खणखणाट आणि किंकाळ्या यांत 'हर हर महादेव'चा आवाज उठत होता. त्या गोंधळात भर, म्हणूनच की काय, गंजीखान्यालगतच्या घरट्यांनी पेट घेतला होता. कापरासारखी घरं जळत होती. भेदरलेली बायका-मुलं आक्रोश करीत वाट फुटेल तिकडं धावत होती. गडाच्या उतरणीवर असलेलं प्रवेशद्वार सताड उघडलं होतं. गडावर एकच कल्होळ माजला होता.

खुद्द कृष्णाजी बांदल धावत वाड्याबाहेर आले. त्यांनीही पट्टा चढवला होता. बाजी-फुलाजींना पाहताच ते ओरडले,

'तुम्ही दक्षिणेच्या तटाकडं बघा. आम्ही दरवाज्याशी जातो.'

किल्ल्याच्या दोन्ही बाजूंनी शिवाजी राजांचे मावळे गडात येत होते. शत्रू किती आहे, याचा अंदाज बांदलांना येत नव्हता. अचानक झालेल्या हल्ल्यानं बांदल विस्कळीत झाले होते. बघता-बघता चौक्या गारद होत होत्या.

बाजी-फुलाजी दक्षिणेच्या तटाकडं धावत सुटले. संतापानं उग्र बनलेले कृष्णाजी बांदल दरवाज्याकडं जात असता आबाजी विश्वनाथनं त्यांना हेरलं. पट्टा चढवून त्यानं बांदलांना गाठलं.

'कोण, तू !' कृष्णाजी उद्‌गारले, 'तू शिवाजीचा हेर, की हेजीब ?'

'दोन्ही !' आबाजी हसून म्हणाला, 'राजे, मैदानात उतरा.'

'त्याचसाठी आलोय्. जय जगदंब !'

'जय भवानी !' म्हणत आबाजी पुढं सरसावला आणि दोघे एकमेकांवर प्राणपणानं तुटून पडले.

नागिणीच्या जिभा लवलवाव्यात, तशी पट्ट्यांची पाती दिसत होती. कृष्णाजी बांदल हा वयोवृद्ध वीर, तर आबाजी विश्वनाथ तरणाबांड. सळसळत्या रक्ताचा तरुण. कृष्णाजी बांदलांचे वार चुकवून मोहरा करणं सोपं नव्हतं. अनेक वेळा आबाजीला माघार घ्यावी लागत होती. त्यामुळं त्याचा त्वेष आणखीन वाढत होता. दोघांनाही जखमा होत होत्या; पण त्याचं भान कुणालाही नव्हतं. आबाजी ज्या संधीची वाट पाहत होता, ती संधी आबाजीला नकळत आली. कृष्णाजींचा पट्ट्याचा वार चुकवताच पट्टा खाली झुकला आणि त्याच वेळी आबाजीचा पट्टा कृष्णाजींच्या मानेवर उतरला. कृष्णाजी क्षणात ढासळले. धनी पडलेला पाहताच बांदलांचं बळ सरलं. पडलेल्या कृष्णाजींकडं पाहून आबाजी वळणार, तोच मेघांच्या गडगडाटाप्रमाणे आवाज आला,

'जातोस कुठं ? अजून मी इकडं उभा आहे !'

आबाजी गरकन् वळला.

समोर कर्दनकाळाप्रमाणे बाजी उभे होते. एका हातात तलवार आणि दुसऱ्या हातात पट्टा होता. डोईचं पागोटं केव्हाच सरलं होतं. तांडवाचं तेज त्यांच्या मुखावर

प्रगटलं होतं. धिप्पाड देहाचे बाजी आपल्या आरक्त नजरेनं आबाजीकडं पाहत होते.

क्षणात आबाजीनं ते आव्हान स्वीकारलं. पट्ट्याचा पवित्र घेतला. आणि त्याच वेळी मागून कणखर आज्ञा झाली,

'आबाजी, मागं हो !'

आबाजीनं मागं पाहिलं तो, आपल्या धारकऱ्यांसह शिवाजीराजे धावत येत होते. राजांच्या हातात तळपती तलवार होती.

राजांच्या आज्ञेनुसार आबाजी बाजूला झाला. बाजी आणि शिवाजीराजे एकमेकांसमोर थोड्या अंतरावर उभे होते.

शिवाजीराजांच्या भोवती राजांच्या धारकऱ्यांचं कडं होतं. मशालधारी दोन्ही बाजूंना उभे होते.

बाजी प्रथमच शिवाजीराजांना पाहत होते.

फारतर तीस वर्षांची उमर. जिरेटोप घातलेली, शिवगंधानं विशाल कपाळ रेखलेलं. काळ्या भुवयांखाली तेजस्वी, वेध घेणारे डोळे बाजी पाहत होते. कोवळ्या वयाचं भान त्या रूपात नव्हतं. ना भीतीचा लवलेश नजरेत उतरला होता. उलट, तशा गंभीर प्रसंगीही मुखावर मंद स्मित विलसत होतं.

क्षणभर युद्धाचं भान विसरून बाजी शिवाजीराजांचं रूप निरखीत होते.

बाजी उद्गारले,

'कोण ! शिवाजी राजे !'

राजांच्या ओठांवरचं स्मित ढळलं नाही. ते म्हणाले,

'एकंदर, ओळखलंत, तर !'

'न ओळखायला काय झालं ! बेसावध शत्रूवर अचानक हल्ला करणारा दुसरा कोण असणार ?'

राजांच्या भोवती कडं करून उभ्या असलेल्या वीरांत तानाजी, येसाजी होते. बाजींच्या त्या उद्गारांनी संतापलेल्या तानाजी, येसाजींनी, आपल्या तलवारी पेलल्या.

शिवाजी राजे मात्र शांत होते. हाताच्या इशाऱ्यानं राजांनी त्या वीरांना थोपविलं.

'खरं आहे, बाजी, आम्ही बेसावध शत्रूवर जरूर चाल केली असेल. पण आम्ही बेसावध प्रजेला कधी नागवलं नाही. कन्यावत आम्ही तिला मानलं ! मानतो !'

राजांनी आपली तलवार म्यान केली.

त्या कृतीनं बाजी बेचैन बनले. शिवाजीची चाल त्यांना कळत नव्हती.

गडावर शांतता पसरली होती. बाजी, शिवाजीराजे यांच्या भोवती मावळ्यांचा गराडा पडला होता. पलोत्यांच्या उजेडात दोघे एकमेकांना पाहत होते.

'गड आमच्या कबजात आहे, बाजी !' राजे म्हणाले.

'असं तुम्ही समजत असाल, राजे ! जोवर हा बाजी उभा आहे, तोवर गड कबजात आला, असं समजू नका.'

'बाजी, तेही आम्ही जाणतो. पण निष्ठा सत्कारणी लावावी.'

'आमच्या निष्ठेबद्दल शंका बाळगण्याचं कारण नाही. पराजित ठरलो, तरी हवे ते आरोप सहन करणार नाही.'

'खोटे आरोप करण्याची आमची आदत नाही. तुम्ही वीर आहात. धर्म जाणता. तुमचे आजे आणि थोरले बंधू अनाजी हे बांदलांनीच मारले ना ? बांदलांच्या झगड्यात खुद्द तुम्ही आणि आमचे वडील जखमी झालात. ते पिढीजात वैर विसरून पुन्हा त्याच बांदलांची चाकरी करू लागतात. कोणत्या निष्ठेपायी ?'

'राजे !' बाजी उद्‌गारले.

'बाजी, राजे म्हणून मिरवायची आम्हांला हौस नाही. ती महत्त्वाकांक्षा तुमच्या मालकांनी बाळगली आणि त्या सत्तेपायीच त्यांनी आपल्या रयतेवर हवे ते जुलूम केले. ती सत्ता प्रस्थापित करण्यासाठी जेध्यांचं वैर पदरात घेतलं. तुम्ही त्यांचे प्रधान-देशपांडे, देसकुलकर्णी. हिरडस मावळचे एक वतनदार. त्या वतनासाठी किती शेतकऱ्यांची पिकं लुटलीत ? आणि घरची कोठारं भरलीत ? किती लोकांच्यावर इतराजी होऊन त्यांची घरंदारं उद्‌ध्वस्त केलीत ? किती आयाबहिणींची अब्रू घेतलीत ?'

'राजे !' बाजी कडाडले.

'आवाज वाढवू नका ! तुम्ही वतनदार. तुम्ही हे केलं नाहीत, तर वतनदार कसले ? हे सारं तुमच्या मालकांनी केलं आणि ते तुम्ही त्यांचे प्रधान म्हणून थंडपणे पाहिलंत !'

'तुम्ही काय कमी आहात ? असेल हिंमत, तर अजून तलवार म्यानाबाहेर काढा.'

राजांचा हात तलवारीच्या मुठीवर गेला. ते हसले.

'बाजी, तुम्हांला माहीत नसेल. आमच्या तलवारीचं नाव भवानी आहे. ते आमचं कुलदैवत. ती बाहेर पडते, ती फक्त अन्यायाविरुद्ध. नाही, बाजी, आमची भवानी तलवार तुमच्याकरिता नाही. बाजी, तुम्ही आम्हांला हवे आहात.'

'कशाला ? पुंडाव्यासाठी ?' बाजी उपरोधानं म्हणाले.

राजांचा संयमित संताप उफाळला,

'खामोश ! कुणावर आरोप करता हे ? खुद्द तुमचे वडील कृष्णाजी प्रभू— शहाजी राजांच्या पथकात होते, हे विसरलात ? बारा मावळची जहागीर भोसल्यांची, पण बांदल देशमुख बळजबरीनं आमच्या भागात वसूल करू लागले. पुंडावा केला असेल, तर तो बांदल देशमुखांनी आणि त्यांना साथ करणाऱ्या वतनदारांनी. नाही, बाजी, आम्ही पुंडावा केला नाही. उलट, आम्ही पुंडाव्याचा बीमोड केला; करतो

आहोत. मोरे, घोरपडे, सावंत यांनी का थोडी प्रजा गांजली ? येवढंच कशाला, आमचे खुद्द मामा, सुप्याचे मोहिते, त्यांनी असेच अत्याचार करायला सुरुवात केली. त्यांच्या मुसक्या आवळून आम्हांला त्यांना बंगळूरला पाठवावं लागलं.'

बोलता-बोलता राजांनी बाजींच्या दिशेनं दोन पावलं टाकली.

बाजी ओरडले,

'राजे, पुढं येऊ नका. माझ्या हाती अजून पट्टा आहे.'

'बाजी, तो आम्ही पाहतो आहो ! तुम्ही आम्हांला आज पाहत असाल. पण आम्ही तुम्हांला अनेक वर्षं ओळखतो. तुम्ही वीर आहात. जाणकार आहात. तुमच्यासारखी वडील माणसं आम्हांला हवी आहेत.'

'कशासाठी ?'

'कशासाठी ! आम्ही चुकलो, तर आम्हांला योग्य सल्ला देण्यासाठी. आपल्या भूमीचं रक्षण करण्यासाठी. इथल्या माणसांत इभ्रत मिळवण्यासाठी. आपले देव आणि देवळं सुरक्षित राखण्यासाठी. आपल्या आयाबहिणींची अब्रू रक्षण करण्यासाठी. नाही, बाजी, आम्ही परत सांगतो, आम्हांला राजेपणाची हौस नाही. ना जुलूम-जबरदस्तीची. कृष्णाजी बांदल आम्हांला सामोपचारानं मिळाले असते, तर आम्हांला ते हवं होतं. पण त्यांनीच वैर पत्करलं.'

'हे आम्ही खरं मानावं ?' बाजींनी सवाल केला.

'बेशक !' राजे म्हणाले. राजांचा हात गळ्यातल्या कवड्यांच्या माळेकडं गेला. तीवर हात ठेवत ते म्हणाले, 'बाजी, आमच्यावर विश्वास ठेवा, जगदंबेची शपथ घेऊन आम्ही सांगतो. तुम्ही वयानं मोठे. आम्ही जे सांगितलं, त्यात कधी कसूर झाली, तर वडिलकीच्या आधारानं आमचा कान पकडा. द्याल, ती शिक्षा आम्ही आनंदानं मान्य करू.'

राजे संथ पावलं टाकीत बाजींच्याकडं जात होते.

बाजींचं लक्ष राजांच्या निर्भय नजरेवर खिळलं होतं.

नकळत बाजींच्या हातचा पट्टा गळून पडला आणि ते राजांच्या मिठीत केव्हा बद्ध झाले, हेही त्यांना कळलं नाही.

मिठी सोडवून बाजी मागं झाले. दुशेल्यात खोवलेली तलवार त्यांनी म्यानासकट बाहेर काढली आणि राजांच्या पुढं आडवी धरली.

राजांनी ती तलवार हाती घेतली. बाजींच्या शेल्यात परत ठेवून दिली.

भावनाविवश झालेले राजे म्हणाले,

'तुम्ही आम्हांला मिळालात; गड आल्यापेक्षा आनंद झाला. या प्रसंगाची आठवण म्हणून आम्ही तुम्हांला काय देऊ ?'

'आठवण !'

त्या शब्दाबरोबर बाजी वळले. मागं थोड्याच अंतरावर कृष्णाजी बांदल

पडले होते. त्यांच्या देहाशेजारी हतबल झालेले फुलाजी डोक्याला हात लावून बसले होते.

बाजी सावकाश वळले. क्षणभर त्यांच्या उग्र चेहऱ्यावर व्याकुळता पसरल्याचा भास झाला. ते म्हणाले,

'राजे, काही का असेना, आम्ही बांदलांचे चाकर होतो. बांदलांचं वतन बांदलांकडं चालावं...'

'ते का सांगायला हवं !' राजे म्हणाले, 'कृष्णाजी गेले. आमचं वैर मिटलं. बांदल आम्हांला मिळाले, तर त्यांचं वतन त्यांनाच राहील. आपलं वतनही आपल्याकडंच राहील. त्याला धक्का लागणार नाही. त्याची चिंता करू नका.'

बाजींच्यासह राजे कृष्णाजी जिथं पडले होते, तिथं गेले.

फुलाजींच्याकडं पाहत बाजी म्हणाले,

'आमचे थोरले बंधू, फुलाजी.'

राजे फुलाजींच्या नजीक गेले. त्यांच्या पाठीवर हात ठेवत म्हणाले,

'उठा, फुलाजी ! झालं गेलं, विसरून जा,'

फुलाजी उठले. त्यांच्या कमरेला काही शस्त्र नव्हतं.

राजांनी तलवार मागवली आणि फुलाजींच्या दुशेल्यात खोवली.

राजे कृष्णाजींच्या देहापाशी गेले. शांतपणे त्यांनी आपली तलवार, बिचवा तानाजीच्या हाती दिला. आपला दुशेला सोडला आणि तो हळुवार हातानं कृष्णाजींवर पांघरत म्हणाले,

'कृष्णाजी गेले. आमचं वैर संपलं. बांदल मोठे शूर होते. राजे म्हणवून घेत होते. त्यांना त्याच सन्मानानं अग्नी द्या. त्यांच्या घरच्या मंडळींचं सांत्वन करा. त्यांना सांगा, कृष्णाजी गेले, तरी पोरकेपण वाटू देऊ नका. त्यांच्या जागी आम्ही आहो.'

राजे भानावर आले. ते बाजींकडं वळून म्हणाले,

'बाजी, जे वीर रणांगणी पडले असतील, त्यांची विल्हे मानानं करा. ज्यांची घरटी जळली असतील, त्यांची घरटी परत आमच्या खर्चानं बांधून द्या.'

'जशी आज्ञा !'

गडावर पहाट झाली होती. उगवत्या सूर्याच्या प्रकाशात धुकं नाहीसं होत होतं. गडावर भगवा ध्वज फडकू लागला होता.

❏

राजे फुलाजींसह चालत होते. कोवळ्या सूर्यकिरणांत उजळला जाणारा किल्ला पाहत होते. ठायी ठायी धारातीर्थी पडलेल्या वीरांभोवती मूक अश्रू ढाळत बसलेल्या मावळ्यांच्याकडं राजांचं लक्ष जात होतं. ते दृश्य पाहून राजांचं मन

विषण्ण बनलं होतं.

'बाजी, आपापसांतल्या कलहात आपली गुणी माणसं कामी येणं यासारखं दु:ख नाही. जगदंबेची इच्छा!' राजांनी स्वत:ला सावरलं. ते म्हणाले, 'बाजी! तुम्ही, फुलाजी, आबाजी जखमी आहात. प्रथम त्या जखमांकडं लक्ष द्या.'

'आपण वाड्यात चलावं.'

'नाही, बाजी! तिथं आम्ही आता जाणं योग्य होणार नाही. ती मंडळी शोकाकुल आहेत. आम्ही काही काळ इथं कुठंतरी थांबू आणि परत जाऊ.'

'एक विनंती आहे.'

'बोला.'

'आपण आमच्या वास्तव्यस्थानी चलावं.' फुलाजींनी विनंती केली.

'चला.'

राजांनी फुलाजींच्या घरी जाताच आपल्या वीरांची चौकशी केली. जखमींना औषधोपचार करवले.

राजे म्हणाले,

'बाजी, आबाजी, फुलाजी, आता तुमची पाळी. अंगरखे उतरा. जखमांची काळजी घ्यायला हवी.'

'आपण गेल्यावर....' बाजी म्हणाले.

नकारार्थी मान हलवीत राजे म्हणाले,

'ते चालणार नाही. तुम्हांला आता उसंत नाही. पडलेल्या वीरांची विल्हे लावायला हवी. इथं वैद्य आहेत ना?'

फुलाजी म्हणाले,

'वैद्य कशाला? जुनं तूप लावलं, की झालं. दोन दिवसांत जखमांवर खपली धरेल.'

'तसं करा.'

जुनं तूप म्हणताच आबाजींचा चेहरा गोरामोरा झाला. ते म्हणाले,

'राजे ऽ ऽ'

राजे हसून म्हणाले,

'ते चालणार नाही.'

सेवकांनी थाळीतून जुनं तूप आणलं.

तिघांनी आपले अंगरखे काढले.

राजांनी तिघांच्या जखमा पाहिल्या. जखमा फार खोल नव्हत्या.

आबाजीच्या जवळ सेवक आले. आबाजीला घाम फुटला होता. सेवक जखमांवर तूप भरू लागले. जुन्या तुपाची आग शरीरात भिनत होती. राजांच्या अस्तित्वामुळं आबाजीला ओरडता येत नव्हतं, पण होणारा दाह तोंडावर प्रगटत होता.

राजांनी विचारलं,

'आबाजी, येवढा त्रास होतो ?'

डोळ्यांत पाणी भरलेला तरुण आबाजी म्हणाला,

'महाराज, खरं सांगू ? लढताना मेलेलं परवडतं; पण हे जुनं तूप नको !'

राजे हसले.

आबाजीच्या जखमा भरून होताच बाजींच्याकडं सेवक गेले.

बाजींच्या दंडावर एक जखम खोलवर उतरली होती. सेवक त्या जखमेत तूप भरत होते. पण बाजींचा चेहरा शांत होता. त्यावर वेदनेची थोडीही जाणीव दिसत नव्हती.

राजांनी आश्चर्यानं विचारलं,

'बाजी, त्रास होत नाही ?'

'राजे, त्रास कसला ? ज्याला वार झेलण्याची सवय असते, त्याला वेदनेचा सराव असायला हवा !'

'व्वा ऽऽ !' राजे प्रसन्नपणे म्हणाले, 'काय सुरेख जबाब दिलात ! आम्ही जरूर हा घ्यानी ठेवू.'

तिघांचे औषधोपचार झाल्यानंतर राजे उठले.

'आम्ही आता चलतो. बाजी, रोहिडा बांदल देशमुखांच्याच ताब्यात राहील. आता तुम्ही आमचे. तुम्ही गडाची जोखीम घ्या. आम्ही आमच्याबरोबर आमची शिबंदी घेऊन जात आहो.'

'पुरी ?' फुलाजींनी विचारलं.

'हो ! आमचा एकही माणूस या गडावर राहणार नाही. जेव्हा कोणी आपले म्हणून आम्हांला भिडतात, तेव्हा आमच्या मनात शंका नसते. बाजी, गड सांभाळा.'

राजांच्या त्या निर्णयानं बाजी-फुलाजी थक्क झाले होते.

राजे गड उतरले. आपल्या शिबंदीला आज्ञा दिली.

बाजींचा निरोप घेत असता बाजी म्हणाले,

'राजे, वाटेवरच आमचं सिंद आहे. घरी पायधूळ झाडलीत, तर...'

'नाही, बाजी ! तो आग्रह आता धरू नका. कृष्णाजी बांदलांचं आणि वीरांचं क्रियाकर्म पार पडू दे. नंतर केव्हाही आम्हांला बोलवा. आम्ही आनंदानं आपल्या घरी येऊ. त्यासाठी आम्ही वचनबद्ध आहो.'

बाजींचा निरोप घेऊन राजे स्वार झाले आणि आपल्या अश्वदळासह राजगडच्या दिशेनं दौडू लागले.

भरल्या नजरेनं बाजी- फुलाजी दूर जाणाऱ्या अश्वपथकाकडे पाहत होते.

❒

सिंध गावाच्या देशपांडेवाड्यात एकच धावपळ चालली होती. वाड्याच्या तटावरची सारी तणं, पिंपळाची रोपटी काढून टाकून तट स्वच्छ केला होता. वाड्याच्या सदरसोप्याचे शिसवी नक्षीदार खांब तेलातला हुरमंज लावल्यामुळं लकाकत होते. वाड्याच्या भिंती पिवळ्या धोट पिवडीनं रंगवल्या होत्या. पहिल्या चौकातील जमीन शेणसड्यानं सारवल्यामुळं चौक अधिकच प्रशस्त भासत होता. सणासुदीचे कपडे घातलेले सेवक वाड्याच्या आत-बाहेर करीत होते.

दोन प्रहर टळत आली.

फुलाजी- बाजी आपल्या सोप्यात बैठकीवर बसले होते.

सोनाबाई, गौतमाई दाराशी अधोवदन उभ्या होत्या. दोघां भावांचं बोलणं त्या ऐकत होत्या.

'बाजी, तू हवं, ते म्हण.' फुलाजी म्हणाले, 'त्या पोराच्या अंगी मोठी धमक आहे. वय केवढं कोवळं ! अजून ओठावरच्या मिशीला रंग फुटला नाही. पण काय हिंमत !'

'खरं आहे, दादा !' बाजी म्हणाले, 'आजवर या बाजीच्या डोळ्याला डोळा भिडवण्याची कुणाची ताकद नव्हती. पण राजांच्या डोळ्यांतलं तेज पाहवत नव्हतं. राजांच्या बोलण्यात नागाला डोलवणाऱ्या पुंगीची साद आहे. त्यांच्या डोळ्यांत चित्त्याच्या नजरेतला धाक आहे. केव्हा हातचा पट्टा गळून पडला आणि त्यांच्या मिठीत सापडलो, तेही कळलं नाही.'

फुलाजी हसले. म्हणाले,

'बाजी, तू काही म्हण. त्या पोराच्या अंगात दैवी शक्ती आहे. आजवर मी ऐकत होतो. त्याला पाहिलं आणि ते पटलं, बघ.'

'त्यांना भवानी प्रसन्न झालेय्, म्हणे !' गौतमाई म्हणाल्या.

'का होणार नाही ?' फुलाजी उठत म्हणाले, 'त्यांन वाईट काय केलं ? आज या मुलखात गोरगरिबांचा वाली कोण आहे ? आजवर एवढ्या आयाबहिणींची अब्रू गेली. कुणाला त्याची चाड होती ? या पोरानं सांगितलं, असलं या पुढं चालायचं नाही. रांझ्याचा पाटील लई माजोरी. त्यानं असंच केलं. हात-पाय तोडले त्याचे. त्याच्या मागं का माणसं धावणार नाहीत ? तरी सांगत होतो, बाजी ! आपल्या राजानं सलूख केला असता, तर फार बरं झालं असतं. पण तुझा सल्ला त्यानं मानला.'

बाजी उफाळले,

'मला काय माहीत, शिवाजी राजे असे असतील, म्हणून ! जसे जेधे आले, तसे शिवाजी....'

'तिथंच गल्लत झाली. आज तेच कान्होजी जेधे शिवाजीच्या संगती आहेत. ठीक आहे. झालं-गेलं गंगेला मिळालं. पण शिवाजी राजे येतील, नव्हे ?'

बाजी म्हणाले,

'जरूर येतील ! तसा सांगावा त्यांनी धाडला आहे.'

फुलाजींनी उभा असलेल्या सोनाबाई, गौतमाईच्याकडं पाहिलं.

त्यांनी सांगितलं,

'शिवाजीराजे केव्हाही येतील. आज इथं ते मुक्कामाला आहेत.'

'सगळं झालं आहे. आपण चिंता करू नये.' गौतमाईनं विश्वास दिला.

'ठीक आहे. आम्ही सदरेवर जातो.'

बाजी-फुलाजी सदरेवर आले, तेव्हा सदरेवर लोड, तक्क्यांनी सजलेली पांढरी धोट बैठक तयार होती. सदरेवर गावचा तात्याबा म्हसकर उभा होता.

बाजी-फुलाजी सदरेवर येताच त्यांचं लक्ष तात्याबा म्हसकरकडं गेलं.

'बसा, तात्या ! लवकर आलात ?'

म्हातारा तात्याबा मिस्किल हसला. तो म्हणाला,

'धनी, कोंबडा झाकून ठेवला, म्हणून सूर्य उगवायचा ऱ्हातो काय ?'

'काय ?' बाजींनी विचारलं.

'साऱ्या गावभर नव्हं, तर साऱ्या गावठाण्यात आवाई उठलीया. शिवाजी राजं आज येनार. खरं हाय ?'

'होय ! ते येणार आहेत.' बाजी म्हणाले.

'आनि आमांस्नी त्याची खबर न्हाई.' तात्याबा म्हसकर उफाळला, 'तुमचा बा असता, तर त्यानं हे केलं असतं ?'

'तसं नाही, तात्याबा ! राजांनी सक्त ताकीद दिली, आम्ही येणार, हे कुणाला सांगू नका.'

'मग साऱ्या गावाला कसं कळलं ?'

'तेच आमचं दुर्दैव आहे. ह्या घरात पळी पडली, तरी, हंडा पडला, म्हणून साऱ्या गावाला कळतं !'

तात्याबा शांत झाला. तो म्हणाला,

'मला बलवलं न्हाई, म्हनून राग न्हाई. शिवाजी राजा आता ईल. त्याला मानानं घरात घ्या.'

'म्हणजे ?' फुलाजी उद्गारले.

'किती केलं, तरी आपला राजा हाय त्यो ! दारात पाच सुवासिनी उभ्या करा. भाताचे मुटके ठेवा. त्याला ओवाळून घरात आणा. सदरेजवळ घंगाळ ठेवा. पाय धुऊन तो पायरी चढंल.'

तात्याबा म्हणाला, त्यात काही खोटं नव्हतं.

बाजी तत्परतेनं वाड्यात गेले. परत धावपळ झाली. आरत्या सजल्या. सदरेच्या खाली पायऱ्यांजवळ चकचकीत तांब्याचं घंगाळ ठेवलं गेलं.

तात्याबा ती सारी धावपळ थंडपणे पाहत होता.

किंचित रोषानं बाजींनी विचारलं,

'झालं मनासारखं ?'

'आता झालं.' तात्याबा म्हणाला, 'पन त्यो राजा हाय. त्यो काय एकटा येनार ? त्याच्या संगती शिबंदी असंल. ते आल्यावर त्यांस्नी गूळपानी...'

'ती व्यवस्था केली आहे.'

'मग झालं, तर !' तात्याबा निर्विकारपणे म्हणाला.

त्याच वेळी यशवंत धावत आला. तो म्हणाला,

'धनी, टापांचा आवाज येतूया....'

बाजी-फुलाजींनी आपली पागोटी सावरली. सुवासिनी प्रवेशद्वाराजवळ गेल्या. त्यांत सोनाबाई-गौतमाईही होत्या.

❐

झाडीच्या रोखानं टापांचा आवाज येत होता आणि सायंकाळच्या सूर्य-किरणांत राजांचं अश्वपथक नजरेत आलं. राजांच्या पांढऱ्या शुभ्र घोड्यामागं राजांचं अश्वपथक दौडत होतं. मागं धुळीचा लोट उधळत होता.

अश्वपथक वाड्याच्या दरवाज्याशी येताच यशवंत धावला. त्यानं राजांच्या घोड्याची ओठाळी पकडली.

राजे स्मितवदनानं पायउतार झाले. राजांचं लक्ष ओठाळी धरलेल्या यशवंताकडं गेलं होतं. बाजी- फुलाजी राजांच्या सामोरे गेले.

त्यांच्या मुजऱ्याचा स्वीकार करीत असता राजांचं लक्ष यशवंतवर खिळलं आहे, हे बाजी, फुलाजींच्या ध्यानी आलं.

'राजे ! आपण आलात. आम्ही धन्य झालो.'

'आम्ही वचन देतो, ते पाळतो.' राजे यशवंतकडं बोट दाखवत विचारते झाले, 'हा कोण ?'

'हा यशवंत जगदाळे ! भोरच्या गुणाजी जगदाळेंचा मुलगा.'

'चांगला दिसतो.'

'राजे ! आपण अचूक पारख केलीत. तो उत्तम धारकरी आहे. पट्टा, तलवार, फरीगदगा यांत तो निष्णात आहे.'

'वाटलंच ! तुम्ही कौतुक केलंत, त्यातच सर्व आलं.' राजांनी निर्वाळा दिला.

राजे वाड्याच्या प्रवेशद्वाराशी आले. राजांच्यावरून भाताचे मुटके ओवाळून टाकण्यात आले. पायांवर पाणी घालण्यात आलं. सोनाबाई, गौतमाबाईंनी तीन

सुवासिनींसह राजांना ओवाळलं. कुंकुमतिलक लावलेले राजे वाड्यात आले.

राजे फुलाजींना म्हणाले.

'ह्या औपचारिकपणाची काही गरज नव्हती.

'राजे ! हा औपचारिकपणा नव्हे ! जेव्हा आपला वीर घरी येतो, तेव्हा त्याचं असंच स्वागत केलं जातं.'

राजे वाड्यात येताना वाडा निरखीत होते. चौकात उभे असताना पागेतलं एक घोडं खिंकाळलं. शिवाजी राजांची पावलं नकळत पागेकडं वळली. पागेतली ती उमदी जनावरं पाहून राजांच्या मुखावर समाधान प्रगटलं. ते बाजींना म्हणाले,

'आम्ही जेव्हा आमच्या पिताजींना भेटायला बेंगरूळला गेलो होतो, तेव्हा त्यांनी आम्हांला एक संस्कृत श्लोक सांगितला होता.'

'कोणता ?' फुलाजींनी विचारलं.

'त्यांनी सांगितलं....

यस्याश्वा तस्य राज्यं, यस्याश्वा तस्य मेदिनी ।

यस्याश्वा तस्य सौख्यं, यस्याश्वा तस्य साम्राज्यम् ।

—ज्याच्या पदरी घोडा, त्याचं राज्य, त्याचं ऐश्वर्य, त्याचं सुख, त्याचं साम्राज्य !'

'खरं आहे !' बाजी म्हणाले.

'त्याचमुळं आमचा एक कायदा आहे. आमच्या राज्यात ना कुणाच्या मालकीचा घोडा, ना कुणाचा वाडा. ती मामलत राज्याची. बाजी, हे परवडेल तुम्हांला ?'

'राजे ! जिथं इमान टाकलं, तिथं घरादाराची मोजदाद कशाला ?'

बाजी- फुलाजींसह बोलत राजे सदरेच्या पायऱ्यांजवळ आले. त्यांनी पायांतले चढाव काढले. सेवकांनी घंगाळातलं पाणी राजांच्या पायांवर घातलं.

राजे सदरेवर आले. सदरेच्या उजव्या बाजूला खास बैठक घातली होती. डाव्या सदरेवर बाजींची विश्वासू माणसं उभी होती. राजांचं लक्ष तात्याबा म्हसकरकडं गेलं. राजे सरळ त्यांच्याजवळ गेले आणि त्यांना वाकून नमस्कार केला. त्या कृतीनं सारी सदर आश्चर्यचकित झाली.

राजे बोलत होते,

'तात्याबा, बरे आहात ना ?'

तात्याबा म्हणाले,

'जी, महाराज !'

न राहवून बाजींनी विचारलं,

'राजे, आपण यांना ओळखता ?'

राजे हसले,

'बाजी ! यांना आम्ही ओळखणार नाही, तर कोण ओळखणार !'

'म्हणजे ?' फुलाजी म्हणाले.

'जेव्हा आमचे पिताजी निजामशाहीत होते, तेव्हा त्यांच्या संगती आपले पिताजी आणि तात्याबा होते. बाजी, खरं सांगायचं झालं, तर तात्याबा तुमचे नाहीत. आमचे आहेत.'

बाजींच्या डोक्यात प्रकाश पडत होता. तात्याबाचं वारंवार सदरेवर असणं, संगती रोहिडा गडावर येणं, गडाच्या शिबंदीची चौकशी करणं....

बाजी उद्गारले,

'म्हणजे तात्याबा....'

'खरं आहे.' राजे सांगत होते, 'तात्याबा आमचे हेर म्हटलंत, तरी आता काही बिघडणार नाही. बाजी, अशी लहान-थोर माणसं पाठीशी राहिली, तर देवांचं राज्य उभं करणं का कठीण !'

'तात्याबा, चांगलाच चकवा दिला.' फुलाजी म्हणाले.

'तसं न्हाई, धनी !' तात्याबा म्हणाले, 'पहिलं इमान राजाचं; दुसरं तुमचं ! आता सगळी एकच झालासा, म्हणून कुठं म्हाताऱ्याला तोफंच्या तोंडी देऊ नकासा, म्हंजे मिळवली !'

तात्याबाच्या बोलण्यानं सारे मोकळेपणानं हसले.

राजे बैठकीवर विराजमान झाले. राजांच्या आज्ञेनं बाजी, फुलाजी राजांच्या शेजारी बसले.

राजे सांगत होते,

'बाजी, फुलाजी, आमचा बारा मावळ आता कबज्यात आला, असं म्हणायला हरकत नाही. तुमचे बांदल देशमुख काय म्हणतात ?'

'आमचे नव्हे, आपले !' फुलाजी म्हणाले, 'आपल्या दर्शनासाठी ते येणार आहेत.'

'बाजी ! रोहिड्याची तटबंदी भक्कम करून घ्या. ज्या वाटेनं आबाजी शिड्या लावून चढले, ती तटाची बाजू तोडून घ्या.' राजांनी सांगितलं.

'राजे ! मी अनेक वेळा राजांना....' बाजी चाचरले, 'धन्यांना सांगितलं होतं, पण त्यांनी ते मनावर घेतलं नाही.'

'आमची वेळ चांगली, नाही तर रोहिडा घेणं येवढं सोपं नव्हतं. बाजी, तो दक्षिणेचा तट मजबूत करून घ्या. पर्जन्यकाळी तटास झाड-झुडूप वाढतं. ते वरचेवर कापून काढा. तटाचं व तटाखालील गवत जाळून गड नेहमी नहाणावा लागतो, हे विसरू नका. बाजी, आम्ही इकडं येताना जासलोड गडावर गेलो होतो. गडाची जागा मोक्याची असूनही... तो आज ओस पडला आहे. त्याची उभारणी करायला हवी. तो किल्ला डागडुजी करून परत वसवायला हवा. किल्ला मजबूत

करून मगच तुम्ही किल्ल्याखाली उतरणं. ही आमची पहिली कामगिरी आम्ही तुम्हांला देत आहोत. येथून आम्ही राजगडावर जाताच गडाच्या खर्चाची तरतूद करू.'

'जशी आज्ञा !' बाजी म्हणाले.

'बाजी, आता आमच्यावर कोण, केव्हा चालून येईल, याचा भरवसा नाही. बारा मावळांतले बारा किल्ले मातब्बर बनवायला हवेत. शेवट आम्हांला राखणार, ते गड, किल्ले आणि दाट रानानं भरलेला आमचा मुलूख. तीच आमची ताकद !'

राजांना भेटायला बांदल देशमुख आले. राजांनी त्यांचा शेला-पागोटं देऊन सन्मान केला.

दुसरे दिवशी सकाळी राजे राजगडाकडं जायला निघाले. राजांना निरोप द्यायला बाजींची मुलं, फुलाजी, तात्याबा म्हसकर हजर होते. तात्याबाकडं पाहत बाजी म्हणाले,

'राजे, एक विनंती आहे.'

'बोला, बाजी !'

'या तात्याबाला संगती घेऊन चला. आता आम्हांला याची भीती वाटते.'

सारे मोकळेपणानं हसले.

राजे बाजींच्या खांद्यावर हात ठेवून म्हणाले,

'बाजी, आता नुसता तात्याबाच नाही. न्यायचं झालं, तर तुम्हां दोघांनाही घेऊन जावं लागेल. येतो आम्ही...'

त्याच वेळी यशवंत जगदाळे पुढं झाला. त्यानं राजांच्या पायांना हात लावून नमस्कार केला. राजांनी साऱ्यांचा निरोप घेतला आणि कोवळ्या किरणांत राजे राजगडाकडं दौड करू लागले.

बाजी- फुलाजी राजांना निरोप देऊन वाड्याकडं येत असता संगती तात्याबा म्हसकर नाही, हे त्यांच्या ध्यानी आलं. त्यांनी वळून पाहिलं, तो तात्याबा गावाच्या दिशेनं चालत होता. बाजींनी हाक मारली,

'तात्याबा ऽऽ'

त्या हाकेनं तात्याबा वळला. माघारी येऊन तो बाजींना म्हणाला,

'काय, धनी !'

'निरोप न घेता घरी निघालास ? चल सदरेवर.'

'जी !' तात्याबा म्हणाला.

सारे सदरेवर आले. बाजी म्हणाले,

'तात्याबा, तुला उगीच हाक मारली नाही. शिवाजीराजांनी पहिली कामगिरी आमच्यावर टाकली आहे. जासलोड गड दुरुस्त करायला हवा.'

'व्हय, जी !'

'व्हय, जी, म्हणून चालायचं नाही. तो गड कसा आहे ? काय करायला हवं ?'

'ते म्या काय सांगनार ?' तात्याबा म्हणाला.

'तू नाही, तुझा बाप सांगेल !' बाजी गर्जले, 'तात्याबा, आता ही सोंगं चालायची नाहीत.'

तात्याबा हसला,

'धनी, गड नामी हाय. मागिंदी इजापूरचा फाजाखान किल्लेदार व्हता. त्योबी कट्टाळला आनि निघून गेला. जासलोड वस पडला. पाच-पंचवीस घरटी गडावर हाईत. विठोजी गडकरी म्हणून शिलेदार व्हता. त्योच आता किल्लेदार हाय.'

'अस्सं !' बाजी म्हणाले, 'उद्या आमची बांदलांची शिबंदी गडावर पाठवू. ते पुढं जाऊन देखभाल करतील. तिथली सोय झाली की, आपण जाऊ.'

'आपन ?' तात्याबा उद्गारला.

'हं, आपण ! तात्याबा, आता तू पुढं; आम्ही मागनं. राजांनी गडाची पहिली कामगिरी सांगितली, ती नामी झाली पाहिजे.'

'न व्हायला काय झालं ? करू या की !'

❒

जासलोड गडाचे किल्लेदार विठोजी गडकरी आपल्या घराच्या कट्ट्यावर बसून किल्ल्याची वर्दळ बघत होते. विठोजीचं वय साठीच्या घरात गेलं होतं. डोक्याचे पांढरे तुरळक केस अस्ताव्यस्त वाढले होते. गालांवर उतरलेल्या भरदार पांढऱ्या कल्ल्यांखाली दाढीचे पांढरे खुंट उगवले होते. ओठावरच्या पिळदार मिशीला पीळ भरीत विठोजी गडाची वर्दळ पाहत होते. विठोजीची मुद्रा त्रस्त दिसत होती. त्याच वेळी त्यांची मुलगी सखूबाई बाहेर आली. विठोजींनी एकवार मुलीकडं पाहिलं आणि परत ते गडाकडं पाहू लागले. मागं उभी राहिलेली सखू म्हणाली,

'बाबा !'

'काय ?'

'आईनं विचारलंय्, न्याहरी करतासा नव्हं ?'

'न्याहरी ! पोरी, तुझ्या आईला न्याहारी सुचतीया. पण त्यो वाघ आत्ता ईल,

नव्हं ? घास करंल माझा !'

'कोन वाघ ?' सखूनं विचारलं.

'त्यो ! बाजी परभू देशपांड्या ! त्यो येनार हाय गडावर.'

'कशापायी ?'

विठोजीनं एक प्रदीर्घ सुस्कारा सोडला. मांडीवर थाप मारत तो म्हणाला,

'कशापायी ? भोग आपला ! दुसरं काय ? म्हनं, गड साफ-सूफ करून ठेवा. धा वर्सांत एक कुत्रं फिरकलं न्हाई. धा वर्सांत गडाला एक मालक व्हायला न्हाई. व्हायलो म्या ! त्यो शिवाजी आला आनि गड बघून गेला आणि आता ह्यो येतूया.'

'ईना ! त्यो काय खातोय् काय ?'

'पोरी, तुला ठावं न्हाई ! ह्यो देशपांड्या साधा न्हवं. बांदलांचा त्यो दिवान व्हता. बांदल मेल्यावर बांदलांची पोरं आनि बाजी शिवाजी राजाला मिळाली. आता त्याची नजर या ओस पडलेल्या गडावर गेली. येऊ दे. सवताच्या डोळ्यांनी बघू दे ! गड कसला, डोंगरच झालाय् ह्यो ! दोन-दोन मानसं राबत्यात, पन एक झुडूप हालंना.'

सखू काही न बोलता घरात गेली.

विठोजी बोलत होता, त्यात काही खोटं नव्हतं. जासलोड गडाची अवस्था तीच होती.

काळाच्या ओघात सारे बुरूज ढासळले होते. तटांना खिंडारं पडली होती. गडावर आठ-दहा घरटी तग धरून राहिली होती. जुन्या वाड्याची पडझड होऊन फक्त जोती उरली होती. गडावर पाण्याचं टाकं तेवढं शाबूत होतं.

विठोजीचं लक्ष गडाच्या दरवाज्यातून येणाऱ्या भैरू न्हाव्याकडं गेलं. भैरू आजूबाजूला बघत विठोजीच्या घरट्याकडं येत होता. कुऱ्हाडी घेतलेली माणसं नको असलेली झाडं तोडत होती. कुदळीनं झुडपं उपसत होती. ते पाहत भैरू चालत होता.

भैरू विठोजीच्या घराजवळ येताच त्याचं लक्ष कट्ट्यावर बसलेल्या विठोजीकडं गेलं.

विठोजीला पाहताच भैरू भरभर पावलं टाकीत विठोजीजवळ गेला, लवून मुजरा करीत तो म्हणाला,

'मुजरा, सरकार !'

'सरकार गेला खड्ड्यात !' विठोजी उसळला. 'दोन दिस झालं सांगावा धाडून, आनि आज उगवलास ?'

'न्हाई, धनी ! तसं म्या करीन व्हय ?' भैरू आपली धोकटी उलगडत म्हणाला, 'त्याचं काय झालं...'

भैरूला थांबवत विठोजी म्हणाला,

'काही सांगू नगंस. लवकर काम कर.'

'करतो की !' भैरू म्हणाला, 'पन ऐकशीला तर खरं ! त्याचं काय झालं...'

विठोजीनं सुस्कारा सोडला, आणि तो नाइलाजानं ऐकू लागला.

भैरू उघड्या मांडीवर वस्तरा घासत सांगत होता,

'धनी, तुमचा सांगावा आला, आनि सांजंला कारभारीण म्हणाली, 'घरला गाय आली न्हाई.' आला का भोग ! रातीचं कुठं जानार ! म्हनालो, बघू सकाळी ! काय करायचं, धनी. परपंच करू नव्हं. आयला, कारभारीन नागिनीवानी डाफारली. गाईची पाडी घरात हाय आनि गाय न्हाई. आई विना पाडी जगंल काय ?'

भैरूचा वस्तरा विठोजीच्या गालावरून फिरत होता. विठोजीला हसण्याची उबळ आली आणि क्षणात तो ओरडला,

'अरं, कापलं.'

'धनी, तुमीच हललासा.' भैरू मख्खपणे म्हणाला.

भैरू पाणी लावून विठोजीची दाढी करीत होता. पण विठोजीला उत्सुकता होती. न राहवून त्यानं विचारलं,

'मग सापडली गाय ?'

'न सापडायला काय झालं ? म्या येरवाळी उठून मागं लागलो. हिंडा बरोबर चरायला गेलेली गाय जानार कुठं ? लई रान फिरलो, तवा देववाडीच्या हिंडात गाय गेली, म्हनून सुगावा लागला.'

'आनि ?'

'आनि काय ! सरकार, देववाडीच्या पाटलाच्या गोठ्यात माझी गाय.'

'मग ?'

'म्या पाटलाला सांगितलं, गाय माझी हाय, म्हनून. तर त्यो म्हनला कसा, तुझी गाय कशावरनं ? पुरावा आन !'

'आयला, लईच बिलंदर दिसतूया.' विठोजी दुसरं गालफड पुढं करीत म्हणाला, 'मग ?'

'मग ! म्या सांगितलं. म्हनालो, गाय माझी. घरात तिची पाडी हाय. तुमीच सांगा गाय माझी, म्हनून !'

त्या कथेनं विठोजीचं भान हरपत होतं. दाढीकडं त्याचं लक्ष राहिलं नव्हतं.

'आनि, रं ऽ' विठोजीनं विचारलं.

'काय सांगू, धनी ! म्या नुसतं म्हनालो आनि त्यो पाटील नागावानी उभा ऱ्हायला. आपल्या चाकरांस्नी बोलावलं. वरडला, 'ह्या भडव्याची पाट सोला ऽ' सांगतो, मालक. माझं बळ सरलं. उसनं अवसान धरून मी म्हनालो, तुमी धनी. माझी कवाबी पाट सोला. पन त्याचा काय इचार व्हईल ?'

'कसला इचार ?'

'शिवाजी राजे जवा रोयड्या गडावर गेलं व्हतं, तवा मला भेटलं व्हतं. शिवाजी राजाचा गडी हाय मी. तेंच्या कानांवर ही गोष्ट गेली, तर तुमी कुठं ऱ्हाशीला ?'

'असं तू म्हनालास ?'

'धनी, मेल्या कोकराला आगीचं भ्या कसलं ? म्या निक्तं शिवाजीचं नाव काढलं आनि पाटलाची फना साफ दुमडली. नांगा खाली पडला. गोठ्यातली गाय आपसूक सोडून दिली.'

विठोजीची दाढी झाली होती. गालावर आग पसरली होती. दाढीवरून हात फिरवत विठोजी म्हणाला,

'भैरू, तुझ्याजवळ झाड सोलायची तासणी हाय ?'

'हाय की, धनी !' भैरूनं उत्तर दिलं.

'पुढच्या वक्ताला तीच तासणी घेऊन ये.'

'का जी ?'

'तुझ्या वस्तऱ्यापरीस तीच बरी ! त्यानंच दाढी कर.' विठोजी म्हणाला.

भैरूला त्या बोलण्याचं काही वाटलं नाही. चेहऱ्यावरचं हासू लपवत तो म्हणाला,

'धनी, आता मागचं लव्हार ऱ्हायलं न्हाईत. वस्तऱ्याला पानी कोन देनार ! मागिंदी शहाजी राजांचं राज होतं, तवा इमान पन व्हतं. तुमांस्नी ठावं हाय. दाढी कराय लागलो, तर नीज यायची मानसाला. गेलं ते दिस. धनी, जरा तेल आनाय सांगा.'

'कसलं तेल ?'

'खोबऱ्याल ! लई दिसानं आलु, तवा जरा मालीश करून जातो.'

'गुमान गावची वाट धर ! अरं भैरू, ते दिस गेलं आता. दिवाळीला टाळूला तेल लागायची मारामार झालीया, बग.' गालफडाची आग विसरून विषय बदलत विठोजी म्हणाला, 'खरंच, तू शिवाजीला भेटला व्हतास ?'

'म्या ! आनि शिवाजीला !' भैरू हसत उद्‌गारला, 'धनी, जवा हत्ती रस्त्यात येतो, का न्हाई, तवा उंदरानं बीळ जवळ करावं !'

विठोजी मनमोकळेपणानं हसला.

आपली दाढी खाजवत भैरू म्हणाला,

'धनी !'

'काय ?'

'आवंदा बलुतं मिळालं न्हाई.'

'अरं, पिकलंच न्हाई, तर बलुतं देनार कसं ?'

'मग गरिबानं जगावं कसं, जी ?'

'थांब ! रडू नगंस.' विठोजीनं घरात बघत हाक दिली, 'अरं, कोन हाय तिकडं ?'

काही क्षणांत सखू दारात आली. भैरूला बघताच तिनं पदर सावरला. सखूला बघून भैरूनं मुजरा केला.

'आक्कासाब कवा आल्या ?' भैरूनं विचारलं.

'झालं आठ दिस ! माहेरपनाला आनलीया.' आणि सखूकडं वळून विठोजी म्हणाला, 'पोरी, याला सा शेर नाचणं घाल.'

'सा शेर ?' भैरू उद्‌गारला.

'बरं बरं ! सा पायली दे ! झालं ?'

'व्हय, जी !'

विठोजी घरात जाण्यासाठी उठला आणि एकदम वळला.

'बरी आठवण झाली, बग ! अरं भैरू, बेलदार मिळतील ?'

'बेलदार ? कशापायी ?'

'वाडा बांधायचा हाय माजा ! अरं, त्यो बाजी गड बांदनार हाय, म्हनं. मग बेलदार लागनार. कुंभार लागनार.'

'हत् तिच्या ! त्यांस्नी काय तोटा ! आमची देववाडी, मुरूडवाडी त्यांनीच भरलीया नव्हं ! माश्या मारत बसल्यात. कवाबी सांगावा धाडा. मुंग्यांगत रीघ लागंल गडावर.'

भगभगणाऱ्या दाढीला गोडं तेल लावून विठोजीनं परसातल्या दगडावर आंघोळ आटोपली.

विठोजी भर उन्हात गड फिरत होता.

गडाची जागा आता बरीच मोकळी झाली होती. विठोजी गडाच्या तटाकडं गेला. तटावरून तो पाहत होता. गडाच्या पायथ्यापासून तटापर्यंत दाट रान वाढलं होतं. ते अफाट रान बघून विठोजीचं मन उदास झालं. तो वैतागानं स्वत:शीच पुटपुटला,

'माझा बा यायला पायजे, ह्यो गड मोकळा करायला ! सांगाय काय जातं !!'

त्या विचारानं काळजीत पडलेला विठोजी घरची वाट चालू लागला.

❒

दोनप्रहरी विठोजी आपल्या घराच्या पडवीत घोरत झोपला होता. दोनप्रहर टळत आली होती आणि त्याच वेळी सखूबाई पडवीत आली. निवांतपणे झोपी गेलेल्या बापाला उठवणं तिच्या जिवावर आलं. तिनं हाक मारली,

'आबा ऽऽ ये ऽऽ आबा ऽऽ'

'कोन !' म्हणत विठोजीनं डोळे उघडले. सखूला पाहून त्यानं विचारलं, 'काय झालं ?'

'गडावर लई मानसं येऊ लागल्यात. गडाखाली घोडी, बैलगाड्या जमल्यात. वर्दी आली, म्हनून जागं केलं.'

विठोजीच्या डोळ्यांवरची झोप उडाली. तो ताडकन् उठून उभा राहिला.

'माझं पागोटं आन !' विठोजीनं सांगितलं. आणि तो चूळ भरायला परसात गेला. परसातून जेव्हा तो आला, तेव्हा सखूबाई पागोटं घेऊन उभी होती. विठोजीनं पागोटं चढवलं आणि तो घराबाहेर पडला.

विठोजी गडाच्या दरवाज्याजवळ गेला आणि गडावरून दिसणारं दृश्य तो बघतच राहिला.

गडाच्या पायथ्यापासून वरपर्यंत माणसांची रांग लागली होती. प्रत्येकाजवळ ओझं होतं. गडाखाली बैलगाड्यांचा तळ पडला होता. गडावर सामान येत होतं. त्यात बाडबिछायत होती. धान्याची पोती होती.

पाठीवरच्या ओझ्यानं दमलेली माणसं विठोजीकडं बघून न बघितल्यासारखं करीत आत जात होती. गडात गेलेला एकजण बाहेर आला. विठोजीकडं पाहत त्यानं विचारलं,

'तुम्ही किल्लेदार ?'

'व्हय !'

'बारदान, सामान ठेवायचं कुठं ?'

'ठेवा माझ्या डोक्यावर ! गडावर बसायला छपरी मिळायची मारामार आनि एवढं सामान आनलासा. गडावर अंबारखानं हाईत, असं वाटलं काय तुला ?'

त्या भडिमारानं तो इसम चकित झाला. धीर करून त्यानं विचारलं,

'मग सामान गडाखाली जाऊ दे ?'

'चल, सांगतो तुला.' म्हणत विठोजी चालू लागला.

गडावर देवीची छपरी उभी होती. तिथं जाऊन विठोजीनं आज्ञा केली,

'या छपरीत दाण्याची पोती ठेवा. आनि उरलेलं बारदान आमच्या घरात घाला.'

विठोजी डोक्याला हात लावून सारी वर्दळ पाहत होता. सामानाच्या पाठोपाठ गडावर घोडी आली. शिलेदार आले. विठोजीचे दोन्ही सोपे बाडबिछायतीनं भरले होते. घरासमोर राहुट्या, पाली व सामान पडलं होतं.

बाबाजी सर्वांमागून गडावर आले. त्यांनी विठोजीची भेट घेतली. त्यांना धीर दिला,

'विठोजी, काळजी करू नका. आमची माणसं आपली व्यवस्था करून

घेतील. त्याची तोशीस तुम्हांला पडणार नाही.'

'बाजी कवा येणार ?'

'इथली व्यवस्था झाली, की येतील.' बाबाजींनी उत्तर दिलं.

दुसऱ्या दिवसापासून गडाचं रूप बदललं. गडावर सोयिस्कर जागा बघून घरटी उभारण्यात आली. गडाचे कातळ सोडून राहुट्या, पाली उभा राहिल्या. गंजीखाना सजला. विठोजीला काही करावं लागत नव्हतं. होणारी घडामोड तो नुसत्या डोळ्यांनी पाहत होता.

❒

एके दिवशी सकाळी बाबाजी विठोजीकडं आलं. त्यांनी सांगितलं,

'विठोजी, आज बाजी प्रभू देशपांडे गडावर येतील.'

'कवा ?' विठोजीनं विचारलं.

'संध्याकाळपर्यंत ते गडावर यावेत.'

'येऊ देत !' विठोजी म्हणाला, 'आमी नावाचं गडकरी, तुमी कराल, ते खरं !'

'तसं नाही, विठोजी !' बाबाजी म्हणाले, 'राजांची आज्ञा आहे. गड वसवताना तुम्हांला कोणतीही तसदी द्यायची नाही.'

विठोजी त्या बोलण्यानं समाधान पावला. तो म्हणाला,

'बाबाजी ! किल्लेदार म्हनून घेतो आनि तुमी मानसं आलासा, त्यांची उठाठेव करायला नको ? आता आमांस्नी पूर्वीचं दीस ऱ्हायले न्हाईत. धरलं, तर चावतं; सोडलं, तर पळतं, अशी गत झालीया आमची. काय करावं, तेबी समजत न्हाई.'

बोलता-बालता विठोजीचे डोळे पाण्यानं भरले. ओठ थरथरले. बाबाजीनं त्याच्या पाठीवर हात ठेवला.

'विठोजी, ही तुमचीच हकीकत नाही. साऱ्या मुलखात हेच घडतंय्. तुमी काळजी करू नका. ह्या दिवसांत तुम्ही गडावर टिकाव धरलात, तेच पुष्कळ झालं.'

'काय करनार ! नाव गडकरी हाय, नव्हं ?' विठोजी म्हणाला.

'तुमी निवांत राहा. काम लागलं, तर तुम्हांला केव्हाही सांगेन. समजलं ?'

'व्हय !' विठोजीनं सांगितलं.

बाबाजी गडाच्या व्यवस्थेसाठी वळले. ते दूर जाईपर्यंत विठोजी त्यांच्या पाठमोऱ्या आकृतीकडं पाहत होता. त्याच्या चेहऱ्यावर समाधान होतं.

कट्ट्यावर बसून विठोजींनी चिलमीची पिशवी काढली. चिलमीची छापी कटोऱ्यातल्या पाण्यात भिजवली. काळ्याशार चिलमीत तंबाखू ठासून भरली. ओली छापी पिळून चिलमीला लावली आणि त्यानं साद घातली.

'पोरी ऽ ऽ'

सखू धावत बाहेर आली.

तिनं एकवार विठोजीकडं पाहिलं. त्याच्या हातातली चिलीम न्याहाळली आणि तिच्या चेहऱ्यावर हासू उमटलं. ती म्हणाली,

'तोफांचा बार भरलास, जनू ! इंगळ आनू ?'

'त्यापायीच साद घातली. पोरी, ह्यो शिवाजीराजा गड सजवनार, बघ.'

सखू आत गेली आणि खापरीतून इंगळ घेऊन बाहेर आली. त्यातला फुललेला इंगळ विठोजीनं उचलला. बोटावर फुंक घालीत चिलमीवर ठेवला आणि चिलीम तोंडाला लावून एक झक्कास झुरका घेतला. तो झुरका घेत असता सखू केव्हा आत गेली, तेही त्याला कळलं नाही.

❐

दोनप्रहर सरत असता बाजी प्रभूंचं बांदल अश्वदळ दौडत गडाच्या पायथ्याशी आलं. बाजी प्रभूंच्या संगती तात्याबा म्हसकर, यशवंत जगदाळे, बाजींचे थोरले बंधू फुलाजी आणि बाजींचे दोन मुलगे महादजी व अनाजी होते. गडाच्या पायथ्याशी सारे पायउतार झाले. गडाच्या पायथ्याशी बैलगाड्यांचा तळ पडला होता. काबाडीच्या बैलांवरून सामान उतरलं जात होतं. गाडीतळावर पाच-दहा मोठ्या छपऱ्या उभारल्या होत्या.

बाजींचं अश्वपथक येताच सेवक धावले. सारे पायउतार होताच सेवकांनी घोडी ताब्यात घेतली. खालच्या तळाकडं आणि गडाकडं नजर टाकत बाजी म्हणाले,

'तात्याबा ! बाबाजीनं खूप कामगिरी केली. राजांनी भरपूर रसद पाठविलेली दिसते.'

'राजे बोलतात, ते करतात.' तात्याबा म्हणाला, 'चला, गड गाठू या.'

यशवंत पुढं झाला.

बाजींनी यशवंतकडं पाहताच तो म्हणाला,

'मी गडाखाली थांबू ?'

'का ?' बाजींनी सवाल केला.

यशवंत क्षणभर घुटमळला.

'न्हाई ! रसद वर जातीया, तवा....'

'यशवंता, तुला पुष्कळ काम आहे. रसद येईल वर. त्याची काळजी नको. चल.'

यशवंत काही बोलला नाही. तो बाजींच्यासह गड चढू लागला.

गडाच्या प्रथम दरवाज्यात बाजींच्या स्वागतासाठी विठोजी उभा होता. मांड-चोळणा घातलेला पगडीधारी विठोजी किल्लेदार शोभत होता.

सर्वांत पुढं बाजी होते. मागून सर्व मंडळी येत होती.

बाजींची ती धिप्पाड उंचीपुरी किंचित उग्र मूर्ती पाहून विठोजी पुढं झाला आणि त्यानं बाजींना मुजरा केला.

त्या मुजऱ्याचा स्वीकार करीत विठोजीवर नजर रोखत बाजींनी विचारलं,

'विठोजी किल्लेदार ना ?'

'जी !'

'आमच्या माणसांनी तुम्हांला काही त्रास तर दिला नाही ?'

'जी, न्हाई ! त्यांनीच गड सजवला.'

'अजून सजवला नाही. सजवायचा आहे.' बाजींनी उत्तर दिलं.

पण विठोजीचं लक्ष बोलण्याकडं उरलं नव्हतं. बाजींच्या मागून येणाऱ्या यशवंतकडं त्याचं लक्ष खिळलं होतं. त्याला पाहून विठोजीच्या चेहऱ्यावर प्रसन्नता प्रगटली होती.

यशवंत पुढं झाला आणि त्यानं विठोजीला वाकून नमस्कार केला.

विठोजी म्हणाला,

'औक्षवंत व्हा !'

'तुम्ही याला ओळखता ?' बाजींनी आश्चर्यानं विचारलं.

'जावयाला कोन वळखनार न्हाई ?' विठोजी म्हणाला.

'आमचा यशवंता तुमचा जावई ?' फुलाजींनी विचारलं.

'व्हय !'

बाजी हसले. यशवंतच्या पाठीवर थाप मारीत म्हणाले,

'काय, यशवंतराव ! तरीच गडावर यायची टंगळ-मंगळ चालली होती, होय ? विठोजी, आता तर तुम्ही मुळीच परके राहिला नाही. यापुढं गडाला जावईगडच म्हणायचं.'

सारे हसले.

गडात येताच बाजी गड निरखीत होते.

बाजी विठोजीच्या घरी पोहोचले. बाजी येणार, म्हणून पुढचा सोपा बैठकीनं सजला होता.

बाजी बैठकीवर बसले.

विठोजी म्हणाला,

'धनी ! तुमी आलासा, बेस झालं. आता ह्यो गड आनि तुमी हवं ते करा.'

'म्हणजे ?' बाजींनी विचारलं.

'लई कट्टाळा आला. धा वर्सांत गडाचे धा मालक झाले. दोन वेळच्या जेवनाची काळजी पडली. गडाखाली चार बिघं जमीन हाय. मी ऱ्हानार गडावर, आनि शेत कोन करनार ? तवा गडाखाली जाऊन शेतात घरटं बांधून ऱ्हावं, म्हनतो.'

'व्वा !' बाजी म्हणाले, 'असं होणार असतं, तर आम्ही गडावर आलो नसतो. तुम्ही गडकरी. तुमच्यासाठी तर राजांनी आम्हांला पाठवलं. शिवाजी राजांच्या राज्यात माणसं बेघरदार होत नसतात. आता गड सजेल; गडकऱ्यांचा वाडा उभा राहील. अंबरखाने उठतील. गडाच्या मुलखाची चौथाई वसूल करण्याचा अधिकार राजे तुम्हांला देतील. गडावर शिबंदी ठेवून मुलूख राखण्याचं काम तुमचं ! ऐन लढाईच्या वेळी शिलेदार पळून गेला, म्हणतील तुम्हांला.'

'म्या; आनि पळून जानार !' आपल्या मिशीवरून पालथी मूठ फिरवीत विठोजी म्हणाला, 'ते म्या कशाला सांगू ? जेध्यांच्या संगती गड भांडवलाय् म्या. त्या जेध्यांना इचारा, म्हनावं.'

'ते माहीत आहे, विठोजी !' तात्याबा म्हणाला, 'आता माघारी वळू नगंस.'

'येवढं सांगितलासा, आनि मागं वळंन व्हय ?' विठोजी हसून म्हणाला.

'पण आमचे यशवंतराव गेले कुठं ?' बाजी म्हणाले.

आणि त्याच वेळी यशवंता घरातून बाहेर आला. त्याच्याकडं पाहून बाजी म्हणाले,

'यशवंतराव, हे चालायचं नाही. तुम्ही सारखं चुलीपुढं जाऊन बसू लागलात, तर गड वसवणार कोण ?'

यशवंत त्या बोलण्यानं संकोचला. विठोजी म्हणाला,

'पन आमचं जावई तुमांस्नी गावलं कसं ?'

'आमास गावलं नाहीत. त्यांनी आमाला पकडलं.' बाजी मोठ्यानं हसून म्हणाले, 'तुमचे जावई एक दिवशी आमच्या वाड्यात आले. धारकरी म्हणून ऱ्हातो, म्हणाले. आम्ही त्यांची परीक्षा घ्यायची ठरवली. पट्टे घालून खेळू लागलो... आनि तुमच्या जावयानं आमच्या हातावर पट्ट्याचा वार केला.'

घराच्या आतल्या बाजूनं काकणांचा आवाज आला.

विठोजीची मुद्रा गंभीर झाली. तो उद्गारला,

'अरारा ! असं करायला नगो व्हतं.'

बाजी म्हणाले,

'तसं केलं नसतं, तर तुमचे जावई आमच्याकडं शिलेदार बनले नसते. पोरात धमक आहे. हातात कसब आहे.'

'पोराचं नशीब !' विठोजी म्हणाला, 'निजामशाहीत गुणाजी आनि आम्ही मैतर. शहाजी राजांच्या चाकरीला व्हतो. त्याला पोरगा झाला. मला पोरगी झाली. पुढं सगळंच दीस फिरलं. पन गुणाजी फिरला न्हाई. त्यानं पोरगीला मागणी घातली. नारळ-पोरगी पदरात घेतली.'

'आम्हांला त्या गुणाजीला पाहायचं आहे.' बाजींनी आज्ञा दिली, 'तात्याबा, त्या तुमच्या गुणाजीला गडावर बोलावून घ्या.

'पन त्याचा एक पाय अधू हाय !' तात्याबा म्हणाला.

'मग त्याच्याकरता डोली पाठवा. विठोजी, गुणाजी गडावर आले, तर चालेल ना ?'

'हे काय इचारनं झालं ?' विठोजी म्हणाला.

समोर आलेलं गूळपाणी घेऊन बाजी उठत म्हणाले,

'आता बसायचे दिवस संपले. गड तातडीनं उभा करायला हवा. चला, गड बघू.'

बाजी सर्वांसह गडाचं पठार फिरत होते. गडाचा परिसर बराचसा स्वच्छ झाला होता. गडावर अनेक ठिकाणी जुन्या वास्तूंची जोती जीव धरून होती. त्यांच्यावरची झाडं-झुडपं तोडल्यानं, त्यांचं रूप नजरेत येत होतं. अनेक ठिकाणी काळ्या-भोर कातळाचे उंचवटे दिसत होते. त्यांकडं पाहून बाजींना समाधान वाटत होतं. ते फुलाजींना म्हणाले,

'गड सजवणं फारसं कठीण नाही. हे कातळ फोडले, तरी भरपूर दगड मिळतील.'

गड निरखीत सारे पाण्याच्या टाक्याजवळ आले.

पाण्याचं टाकं सुरेख बांधलं होतं. चारी बाजूंनी पायऱ्या होत्या. निळंभोर स्वच्छ पाणी नजरेत येत होतं.

बाजींनी शंका विचारली,

'विठोबा, आता गडाचं बांधकाम सुरू होणार. हे पाणी पुरंल ?'

'पुरंल ?' विठोजी म्हणाला, 'पुरून उरंल ! केवढाबी उपसा करा, दुसऱ्या दिवशी पानी व्हतं तेवढंच ऱ्हातंय्. आनि याशिवाय गडावर दुसरं टाकं हाय. तेबी असंच हाय. निजामशाहीच्या वख्ताला गाळ काढाय पायी बारा मोटा लावल्या व्हत्या. पन पानी तसूभर हललं न्हाई.'

'ठीक ! विठोजी, उद्यापासून गडाची कामगिरी सुरू करा. देवीला नारळ द्या. प्रथम तिचं देऊळ उभा करू. मग तटाची कामगिरी हाती घेऊ.'

बाजींच्या डोळ्यांसमोर पुढं सजणाऱ्या गडाचं चित्र रेंगाळत होतं. ते चित्र पाहत कुणाशी काही न बोलता बाजी आपल्या निवासाकडं परतले.

जासलोड गडाची उभारणी सुरू झाली. गुणाजी डोलीतून गडावर आला. त्याच्या बरोबर त्याचा कबिलाही होता. विठोजी, तात्याबा आणि गुणाजी यांची संगत जमली. तिघं एका वयाचे. विठोजीचं घर आनंदानं भरून गेलं. बाजींच्याबरोबर विठोजी, तात्याबा आणि कुबडी घेतलेला गुणाजी गडावर फिरत होते. गडाच्या उभारणीची स्वप्नं रंगवत होते.

एके दिवशी बाजींनी गुणाजीला सांगितलं,

'गुणाजी, तुम्ही जाणती माणसं. राजांनी ही जोखीम टाकली, ती तुम्ही निस्तरायला पाहिजे. आता गड पुरा झाल्याखेरीज गडाखाली कुणी उतरायचं नाही.'

' पण शेतीवाडी, घरदार...'

'ती काळजी आम्ही घेऊ. गड पुरा झाल्याखेरीज गडाखाली उतरू नका, अशी राजांनी आज्ञा केली आहे. तेच आम्ही तुम्हांला सांगतो.'

गुणाजी, तात्याबा, विठोजी एकमेकांकडं पाहत असता बाजी तेथून केव्हा दूर गेले, हेही त्यांना कळलं नाही.

तात्याबा म्हणाला,

'कायबी म्हना ! ह्यो बाजी लई बेरका ! बघता-बघता जाळ्यात गोवलं, नव्हं ?'

❏

तात्याबा, गुणाजी, विठोजीचं त्रिकूट चांगलंच जमलं होतं. बाजींच्या बरोबर तिघं गडावर फिरत होते. कुबडी घेतलेला गुणाजी मनाशी गडाच्या उभारणीची स्वप्नं रंगवत होता.

संध्याकाळी घरी परतल्यावर जुन्या आठवणींची उजळणी करीत तिघे म्हातारे बसत. तिघांत एक चिलीम फिरू लागे. इंगळ पुरवायला सखूची धावपळ चाले.

गडावर बेलदार, पाथरवट काम करू लागले. कातळातून भरभक्कम दगड काढले जात होते. लोहारशाळेत निखारा फुलत होता. त्यातून पहारी, कुऱ्हाडी, कोयते, कुदळी आकार घेत होत्या. गडावर भल्यामोठ्या दोन चुन्याच्या घाण्या दिवसभर फेर धरून चालत होत्या. निघालेल्या दगडांनी देवीचं देऊळ सजलं. तटाची पडझड दुरुस्त होऊ लागली. गड आकाराला येत होता.

बाजींनी मोठा बेत आखला होता. गडाचे तट, बुरूज दुरुस्त करून गडाच्या सर्व माच्या सुरक्षित करायच्या होत्या. त्याखेरीज कोठार-घर, किल्लेदाराचा वाडा, शिबंदीचं निवासस्थान, पागेची जागा बांधावयाची होती. ते काम प्रचंड होतं, पण

त्यामागं बाजींची हिंमत तेवढीच मोठी होती.

जासलोड गडाचं काम चालू असतानाच गडाच्या चौफेर दिशेनं तटापर्यंत वाढलेलं रान तोडलं जात होतं. यशवंताची रानतोडणीवर नेमणूक केली होती.

गडाच्या खाली परिसरातल्या गावांत बाजींनी दवंडी पिटवली होती,

'ज्यांना लाकूड-फाटा हवा, त्यांनी रान तोडावं. लाकूड-फाटा घरी घेऊन जावा.'

पहाटेपासून दहा गावची माणसं, बायका, पोरं कोयते-कुऱ्हाडी घेऊन रानात घुमत होती. झाडं तोडली जात होती. त्या रानाच्या आश्रयानं राहिलेली भेकरं, चितळं तोडप्यांना सापडत होती. गडासकट साऱ्या कामकऱ्यांना रोज भरपूर शिकार मिळत होती.

यशवंत दररोज भल्या पहाटे गड उतरत असे. गडाच्या उतरणीवर झाडझुडूप, बुंधा राहत नाही, हे पाहत फिरत असे. मध्यान्ह झाली की, सखू यशवंताचं जेवण घेऊन गडाखाली येत असे. तिच्या काखेतली कळशी आणि डोईवरची शिदोरी बघितली की, यशवंताच्या जिवाला उधाण येई. गडावरच्या, गडाखालच्या बातम्या ऐकत यशवंत भाकरी खाई. पालेभाजी, नाचण्याची भाकरी खाऊन कंटाळलेला यशवंत जाणाऱ्या सखूला म्हणाला,

'रातीच्या जेवनाला काय तरी वशाट कर !'

'ते काय सांगायला हवं ! रोज शिकार येतीया गडावर. सारी कटाळली, पन तुमास कसा कटाळा न्हाई, म्हणते मी !'

यशवंत हसला. तो म्हणाला,

'वाघाची जात हाय, नव्हं !'

सखू काही बोलली नाही. ती मोठ्यानं हसली. तिनं सांगितलं,

'लवकर गडावर या.'

सखू गडाकडं जात होती. यशवंत समाधानानं तिच्याकडं पाहत होता.

❒

दोनप्रहरची वेळ टळत आली होती. जासलोड गडाच्या उतरंडीवर दहा गावची माणसं रान तोडत होती. त्या तोडणीच्या आवाजानं सारं रान जागं होत होतं. ते सारं निरखीत यशवंत फिरत होता. आपली फिरती करून झाडाच्या एका सावलीत तो विसावा घेत असता, रानात एकच हाकाटी उठली. यशवंत उभा राहिला. ज्या बाजूनं आवाज येत होता, त्या बाजूला तो धावला.

वाटेत एकजण धावत येत असलेला यशवंताला भेटला. यशवंतनं त्याला थांबवून विचारलं.

'काय झालं ?'

आपल्या पाठीमागं बोट दाखवत तो इसम म्हणाला,

'वाघरू ! '

यशवंत पुढं झाला. साऱ्या माणसांची पांगापांग झाली होती. बसल्या ठिकाणी भाला विसरल्याची जाणीव यशवंतला झाली. त्यानं तो विचार क्षणात झटकून टाकला. पळत येणाऱ्या एका माणसाच्या हातून त्यानं कोयता घेतला आणि तो पुढं झाला.

काही धीरकरी माणसं रानात उभी होती.

यशवंतानं विचारलं,

'कुठं हाय वाघरू ?'

त्या माणसांनी करवंदीच्या जाळीकडं बोट दाखवलं. त्यांतला एक म्हणाला,

'जनावर भारी हाय ऽऽ'

'असू दे ऽऽ' म्हणत यशवंतानं डाव्या हातात विळा धरला. पायाखाली पडलेल्या एका झाडाचं मजबूत लाकूड हातात धरलं आणि तो करवंदीच्या जाळीकडं सरकू लागला.

चारी बाजूंनी वेढलेल्या माण्सांच्या आवाजानं बिथरलेला वाघ जाळीतून पाहत होता. जाळीकडं येणाऱ्या यशवंतावर त्याची नजर खिळली होती. संताप व भीतीनं त्याचं सारं अंग फुललं होतं.

यशवंतला त्याचं गुरगुरणं ऐकू येत होतं. मोजकी पावलं टाकीत, अंदाज घेत यशवंत पुढं जात होता.

बाजूची माणसं श्वास रोखून यशवंताकडं पाहत होती.

यशवंतानं काही पावलं टाकली आणि त्याची नजर वाघाच्या नजरेला भिडली. सुवर्णकांती असलेला तो बिबट्या संतप्त नजरेनं यशवंताकडं पाहत होता. त्याच्या अंगावरचे काळे ठिपके, संतापानं वासलेला जबडा यशवंतच्या डोळ्यांत भरत होता. बिबट्यानं आपलं अंग बसल्या जागी चोरलं आणि त्याच वेळी त्याच्या झेपेची जाणीव यशवंतला झाली.

एखादा पाण्याचा झोत उसळावा, तसा बिबट्या जाळीबाहेर आला. सावध असलेल्या यशवंतानं सर्व बळ खर्चून हातातलं लाकूड वाघाच्या तोंडावर फेकलं. खट् असा आवाज झाला आणि वाघाचं धूड बाजूला कलंडलं. क्षणचाही अवधी न घेता यशवंतानं वाघावर कोयत्याचे वार घालायला सुरुवात केली.

वाघाची घरघर चालू असतानाच माणसं धावून आली. दगडा-धोंड्यांनी वाघ ठेचला गेला आणि साऱ्या रानात एकच जल्लोश उसळला.

मेलेला वाघ आणि यशवंता यांना साऱ्यांनी खांद्यावर घेतलं. यशवंताचा विरोध न मानता यशवंताला गडावर नेण्यात येत होतं. 'हरऽहरऽमहादेवऽ शिवाजी

महाराज की जयऽ' यांनी सारं वातावरण दुमदुमत होतं.

तोडकऱ्यांची मिरवणूक गडावर आली. गडाच्या चौकात वाघाचं धूड टाकण्यात आलं. खांद्यांवरून यशवंतला खाली उतरण्यात आलं. तो कोलाहल ऐकून बाजी-फुलाजी चौकात आले होते. त्यांना सारे यशवंतचा पराक्रम सांगत होते. उसंत मिळताच यशवंत म्हणाला,

'साधं वाघरू व्हतं. उगंच या मानसांनी....'

'साधा असला, तरी तो वाघ होता !' बाजी त्याचं बोलणं पुरं व्हायच्या आत कौतुकानं म्हणाले, 'पण वाघाच्या नजरेला नजर देण्याची हिम्मत तुझी होती.'

बाजींनी आपल्या हातातलं कडं उतरलं आणि ते कडं यशवंतच्या हाती चढवत ते म्हणाले,

'यशवंतराव, आजपासून तुम्ही कड्याचे मानकरी झालात.'

यशवंत विठोजीच्या घरापाशी आला, तेव्हा दाराशी सखू आरती घेऊन उभी होती. सखूनं यशवंतला ओवाळलं. घरात सोप्यात जात असता बाजींनी सांगितलं,

'वाघाच्या मिशा जाळून टाका आणि त्याची नखं काढून घ्या. मिशा विषारी असतात.'

यशवंतला त्या गोंधळात काही कळत नव्हतं. तो बाजूला होताच सखूनं धीर करून विचारलं,

'कुठं लागलं तर न्हाई ?'

त्या वाक्यानं यशवंत प्रथमच भानावर आला. त्यानं आपल्या हातापायांकडं लक्ष दिलं आणि हसून तो म्हणाला,

'काय बी न्हाई ! फुकट वाघरू मेलं !'

सखू हसली.

ते हसणं पाहत असता यशवंतला प्रथमच आपल्या पराक्रमाची जाणीव झाली.

❐

बाजींच्या अविश्रांत देखरेखीखाली तीन वर्षांत जासलोड गड पुरा झाला. दाट रानानं पसरलेल्या मुलखात ताशीव कड्यांनी गड आकाशात चढला होता. गडाला भक्कम तटाचा कमरबंध बांधला होता. गडावर देवीचं देऊळ, किल्लेदाराचा वाडा, सदर, पागा इमारती पुऱ्या झाल्या. गडाच्या प्रवेशद्वाराला भव्य कमान उभी होती. त्या कमानीवरच्या नगारखान्यावर भगवा ध्वज फडकत होता.

गडाचं काम पुरं होताच बाजींनी तात्याबांना सांगितलं,

'तात्याबा ! तुम्ही व यशवंता राजगडावर जा. राजांना गडाचं काम पुरं झाल्याचं कळवा. गड-पाहणी करायला राजांना आमंत्रण द्या.'

दुसरे दिवशी तात्याबा, यशवंता राजगडाकडं रवाना झाले.

शिवाजी राजे येणार, या वार्तेनं गडावर उत्साह पसरला होता. गडाची साफसफाई चालू झाली. विठोजीच्या वाड्याच्या भिंती सारवल्या गेल्या. सखूनं हुरमंजीनं, चुन्यानं त्या भिंतींवर मखर, मोर चितारले. हाताचे ठसे उठवले.

राजे केव्हा येणार, इकडं गडाची नजर लागून राहिली.

❐

'रेडा सोडू नये पाण्यात, असं म्हणतात, ते काही खोटं नाही.' बाजी वैतागानं म्हणाले.

'काय झालं ?' गुणाजीनं विचारलं.

'अरे ! त्या तात्याबा, यशवंतला राजांच्याकडं पाठवून आठ दिवस झालं. निरोप नाही; ना त्यांचा पत्ता !'

'राजांनी ठेवून घेतलं असंल.' गुणाजी म्हणाला.

'मग ऱ्हावा की ! कोण नको म्हणतंय्. पण निरोप तरी पाठवायचा. आम्ही इथं कावळ्यासारखं तटावरनं वाट बघतोय्.'

सदरेवर बाजी, विठोजी, गुणाजी बोलत होते. दोनप्रहरची वेळ झाली होती. बारगीर सदरेवर येताच साऱ्यांच्या नजरा त्याच्याकडं वळल्या. बारगीर म्हणाला,

'गडाखाली यशवंतराव शिलेदार आनि तात्याबा आल्याती. त्यांनी गडाखाली बलवलंय्.'

'आम्हांला ?' बाजींनी विचारलं.

'व्हय, जी !' बारगीर म्हणाला.

'पाय मोडल्यात काय तात्याबाचं !' गुणाजी उद्गारला.

'राजांच्याकडून आलेत ना ? खाली जायला हवं ! बघू का, झालंय्, ते.' म्हणत बाजी उठले. त्यांनी फुलाजींना निरोप पाठवला.

काही वेळातच बाजी, फुलाजी, विठोजी गड उतरू लागले.

तिघं गडाची नागमोडी वाट उतरून खाली आले, तेव्हा तात्याबा, यशवंतराव बाजींची वाट पाहत उभे होते.

तात्याबांच्या समोर जाताच किंचित रोषानं बाजींनी विचारलं,

'काय आज्ञा आहे ?'

'आज्ञा कसली !' तात्याबा हसत म्हणाले, 'बाजी तुमच्या कामगिरीचं राजांनी खूप कौतुक केलं. उसंत मिळाली, की ते गडावर येनार हाईत. पन त्या आधी त्यांनी तुमच्या गडापायी चार टिकल्या पाठवल्यात. त्यांची मानमरातब व्हायला पायजे.'

'कसल्या टिकल्या ?' बाजींनी विचारलं.

'मागं वळून बघा !' तात्याबानं सांगितलं.

बाजींनी मागं वळून पाहिलं आणि त्यांची नजर खिळून राहिली.

झाडीतल्या रस्त्यानं बैलगाडे येत होते. एकेक गाड्याला सहा-सात बैलजोड्या लावल्या होत्या. प्रत्येक गाड्यावर तोफ चढवली होती. अशा चार तोफा जासलोड गडासाठी राजांनी पाठविल्या होत्या.

तात्याबा म्हणाला,

'तोफा आल्या. त्याची गडभरणी कराय नको ? म्हणून तुमास गडाखाली बलवलं.'

बाजींनी तोफांचं स्वागत केलं. पण त्यांच्या मनात त्या तोफा गडावर कशा चढवायच्या, याची चिंता उमटली होती. गडाची वाट चिंचोळी, नागमोडी होती.

दुसरे दिवशी सूर्योदयाआधी गडाच्या खाली गर्दी जमली. कौतुकानं सारे त्या तोफांच्याकडं पाहत होते. गोल जंगली लाकडाचे ओंडके जमवले होते. दंडाएवढ्या जाड दोरखंडांची वेटोळी तळावर पडली होती.

गाड्यांवरून तोफा उतरल्या गेल्या. त्यांना दोरखंडांनी जखडलं गेलं. वाटेवर लाकडांचे ओंडके पसरले. त्या ओंडक्यांच्या दिशेनं तोफांची तोंडं केली. शेकडो माणसं दोरखंडाला बिलगली. जत्रेतला रथ ओढावा, तशी माणसं तोफा ओढत होती. लाकडांच्या ओंडक्यांवरून तोफा गड चढू लागल्या. दर पावलाला 'हर हर महादेवऽ'च्या गजरात त्या अवजड तोफा तसूतसूनं अंतर कापत होत्या.

दोन दिवस गडावर तोफा चढवल्या जात होत्या. चारी तोफा गडावर चढल्या. बाजींनी मोक्याच्या जागा हेरून तटावरच्या बुरुजांवर तोफा चढवल्या. त्या चार बुरुजांवरच्या तोफांनी गड पुरा सजला होता. चारी बुरुजांखाली बाजींनी पाण्याच्या टाक्या तयार करून घेतल्या.

गड पुरा सजल्याच्या समाधानात सदरेवर बाजी, तात्याबा, गुणाजी, विठोजी बसले होते. बाजी म्हणाले,

'आता राजे आले, की झालं.'

गुणाजी उद्‌गारला,

'अराराऽऽ लई घोटाळा झाला.'

'काय झालं ?' बाजी उद्‌गारले.

'सारं मुसळ केरात !' गुणाजीनं सांगितलं.

'अरं, पन काय झालं, ते सांगशील तरी का ?' तात्याबा वैतागून म्हणाला.

'काय सांगू !' गुणाजी म्हणाला, 'गडावर तोफा आल्या, नव्हं ?'

'व्हय !' विठोजीनं उत्तर दिलं.

'त्यांस्नी बुरुजावर चढवलं. पाण्याच्या टाक्या झाल्या. खरं नव्हं ?'

'व्हय की !' तात्याबा म्हणाला.

'अरं ! पन राजांनी तोफा धाडल्या. त्या गडावर चढल्या. त्या बुरुजावर ठेवल्या. सारं झालं. पन त्या तोपंत घालनार काय ? याचा इचार झाला ? शिवाजीराजं आता दारूगोळा पाठवंल. त्यो कुटं ठेवणार ?'

'आँ !' विठोजीनं टाळा वासला.

'आँ काय ! गडावर देवीचं देऊळ सजलं. पागा सजली. सदर सजली. किल्लेदाराचा वाडा बी सजला. पन दारूगोळा कुठं ठेवणार ? त्यापायी दारूकोठार नगो ?'

गुणाजींचा सवाल ऐकून सारे विचारात पडले.

बाजींच्या चेहऱ्यावर चिंता उमटली.

विठोजी आपले कल्ले खांजळत म्हणाला,

'ही आक्कल तुला आधी पायजे व्हती. काय बिघडत न्हाई. गडावर चुना हाय. मायंदाळ दगड हाईत. चार दिसांत कुठल्याबी माचीवर कोठार-घर तयार हुईल. त्याची जिम्मेदारी माझी.'

दुसरे दिवशी बाजींनी गडाच्या एका माचीच्या टोकावर दारू- कोठाराची जागा दाखवली.

बांधकाम सुरू झालं आणि आठ दिवसांच्या आत माचीवर दारू- कोठार उभं राहिलं.

गुणाजीचा तर्क बरोबर होता. कोठार पुरं झालं आणि राजगडहून दारू- कोठाराची रसद गडावर आली.

❑

पहाट झाली होती. सारा गड रानपाखरांच्या आवाजानं गजबजून उठला होता. पागेतल्या घोड्यांची खिंकाळणी ऐकू येत होती. वाड्यातल्या सरत्या सोप्यात पेटलेल्या चुलीपुढं बसून सखूची आई भाकऱ्या थापत होती. जवळ बसलेल्या सखूला ती म्हणाली,

'पोरी, ह्यांस्नी काय पायजे का, बघ.'

सखू दुसऱ्या सोप्यात आली. तिनं पाहिलं, तो यशवंताचं हंतरूण मोकळं होतं. ती तशीच पुढच्या सोप्यात गेली आणि तिचं पाऊल खिळलं. क्षणभर ते दृश्य पाहून ती अलगद पावलांनी बाहेरच्या सोप्यात आली.

बाहेरच्या सोप्यात धुमीतला इंगळ घेऊन गुणाजी चिलीम ओढत होता. कट्ट्यावर यशवंता बसला होता. बाप-लेकांचं बोलणं चालू होतं. गुणाजी यशवंतला सांगत होता.

'आज शिवाजी राजं गडावर येनार हाईत, म्हनं.'

'म्हनं कसलं, ते येनारच !' यशवंता म्हणाला, 'बाजींनी साऱ्यांस्नी ताकीद दिलीया.'

'येऊ देत.' म्हणत गुणाजीनं एक झुरका घेतला आणि त्या झुरक्याबरोबर गुणाजीला ठसका लागला. तो ठसकत असता सखूनं विचारलं,

'पानी आनू ?'

दोघांच्या नजरा सखूकडं लागल्या. डोळ्यांतलं पाणी निपटत गुणोजी म्हणाला,

'नगो, पोरी !'

'जरा आत येतासा ?'

'का ?'

'आबा काय कराय लागलाय्, ते बगा.' सखू हसत म्हणाली.

गुणाजी, यशवंता उठले. ते आतल्या सोप्यात गेले आणि दाराशीच त्यांची पावलं थांबली.

गुडघाभर धोतर नेसलेला उघडा विठोजी हातात ढाल-तलवार घेऊन सोप्यात नाचत होता. 'जय भवानी ऽ' म्हणत तलवारीचे हात स्वतःभोवती खेळवत होता.

ते विठोजीचं रूप बघून गुणाजी-यशवंताच्या चेहऱ्यांवर हासू उमटलं. गुणाजीनं हाक दिली,

'इठोजी !'

'या ! म्होरं या ! भितो काय ?' विठोजी गर्जला.

त्या आवेशपूर्ण आव्हानानं गुणाजी भिंतीचा आधार घेत जरा मागं सरकला.

सखूनं आवाज टाकला,

'आबाऽऽ'

त्या हाकेनं विठोजी भानावर आला.

विठोजी घामानं डबडबला होता. सखू, गुणाजी, यशवंताकडं पाहत त्यानं आपली तलवार खाली आणली.

गुणाजी दाराचा आधार घेऊन उभा होता. तो म्हणाला,

'काय, येड लागलंय् काय तुला ?'

विठोजी पुरा भानावर आला होता. तो शरमला. म्हणाला,

'तसं न्हाई! येरवाळीच जाग आली. लोहारानं जुनी तलवार पानी पाजून उजळून दिली व्हती. आज राजं गडावर येनार. वाटलं, चार हात करून बघावंत आनि मगच तलवार म्यान करावी.'

'चांगलं केलंस ! तरी बरं, आमचं रगत देऊन तलवार म्यान केली न्हाईस.' गुणाजी म्हणाला. सखूकडं पाहत त्यानं सांगितलं, 'त्याची म्यान दे तेला.'

सखूनं खुंटीवरची म्यान पुढं केली. विठोजीन तलवार म्यान केली. धापा टाकत विठोजी आपलं घामेजलेलं अंग पुसत असता गुणाजी आणि यशवंता बाहेरच्या सोप्यात आले. सोप्यात येताच दाबून ठेवलेलं हसणं उफाळलं.

❒

सूर्य उगवायच्या आत बाजी स्नान-पूजा आटोपून सदरेवर आले होते. सदरेवर राजांच्यासाठी खास बैठक आच्छादली होती.

गडाच्या प्रत्येक घरासमोर शेणसड्यावर रांगोळ्या घातल्या होत्या. गडाच्या प्रवेशद्वारावर आंब्याच्या पानांची तोरणं लटकली होती. सणासुदीचे कपडे घालून सारे राजांची प्रतीक्षा करीत होते.

राजे सकाळी येणार, अशी वर्दी आली होती. बाजी राजांच्या स्वागतासाठी जायला निघाले. त्यांच्या संगती फुलाजी, यशवंता, तात्याबा होते.

सर्व सूचना देऊन बाजी गडाखाली उतरले.

दूरवरून टापांचा आवाज येऊ लागला आणि बाजींच्यासह सर्वजण त्या आवाजाकडं पाहत उभे राहिले.

हिरव्या गर्द राईतून धुळीचे लोट उसळत होते. टापांचा आवाज मोठा होत असता, झाडीतून दौडत येणारं अश्वदल साऱ्यांच्या नजरेत आलं. राजे गडाच्या पायथ्याशी येताच बाजींनी त्यांचं स्वागत केलं. राजांचं लक्ष सामोऱ्या दिसणाऱ्या गडावर खिळलं होतं. नकळत ते उद्गारले,

'सुरेख !'

'चलावं !' बाजी म्हणाले.

राजांच्या बरोबर तानाजी, येसाजी, नेताजी ही राजांची खास माणसं होती. चालता-चालता राजे म्हणाले,

'बाजी ! तुमच्या तात्याबानं आणि यशवंतानं सारं सांगितलं आहे. आता फक्त गड पाहायचं तेवढं उरलं आहे.'

शिवाजीराजे गडाच्या प्रथम दरवाज्याशी येताच नगारखान्यातून नौबत झडली. राजांचं लक्ष नगारखाना व 'त्यावर फडकणाऱ्या भगव्या झेंड्याकडं गेलं. दरवाज्याशी पाच सुवासिनींनी राजांना ओवाळलं. हुरमंजीच्या रंगानं तांबडाबुंद झालेला खिळेबंद दरवाजा राजे कौतुकानं पाहत होते. न राहवून ते बोलले,

'इथले सुतार कसबी दिसतात !'

'गुणी माणसांना इथं तोटा नाही. फक्त गुणाची पारख करणारा, 'त्या गुणाचं चीज करणारा हवा.' बाजींनी अभिमानानं सांगितलं.

'छान बोललात ! बाजी छान बोललात !' राजे म्हणाले, 'तसं झालं, तर या

मुलखासारखा मुलूख नाही. त्याचा अनुभव आम्ही घेतला आहे. तुम्ही इकडे रोहिडा, जासलोड गडाची बांधणी करीत असता आम्ही स्वस्थ बसलो नव्हतो. तोरणा, कोंढाण्याची डागडुजी आणि प्रतापगडाची उभारणी आम्ही केली.'

'प्रतापगड ?' बाजींनी विचारलं.

'जावळीच्या निबिड रानात एक बुलंद डोंगर उभा होता. त्या डोंगराचा आम्ही प्रतापगड बनवला.'

राजे बोलत असता विठोजी, गुणाजी पुढं झाले. राजांना त्यांनी मुजरे केले.

'काय, किल्लेदार ! झालं ना मनासारखं ?' राजे कौतुकानं म्हणाले. त्यांचं लक्ष कुबडी घेऊन उभा असलेल्या गुणाजीकडं गेलं.

'गुणाजी, तुम्ही इथं ?'

'राजे, गुणाजी आणि विठोजी व्याही आहेत.'

'आम्हांला समजलं नाही.'

'आपले गुणाजीचे यशवंतराव, विठोजीचे जावई आहेत.'

'अरे, व्वा ! चांगलीच बांधिलकी केली. आता तर हा गड आम्हांला मुळीच परका नाही.'

शिवाजी राजे सर्वांच्या संगती गडात प्रवेश करीत होते.

गडाच्या परिसरात उभारलेल्या वास्तू ते निरखीत होते. ते गडाचे बदललेलं रूप पाहत असता गडाची पूर्वस्थिती आठवीत होते.

राजे प्रथम देवीच्या देवळात गेले. देवीचं दर्शन घेऊन राजे बाहेर आले. बाजी राजांना घेऊन सदरेकडं गेले. सदरेचा थाट त्यांनी पाहिला आणि राजांनी आपला निर्णय जाहीर केला,

'आम्ही येथे राहाणार नाही.'

'जी !' विठोजी उद्‌गारले.

'विठोजी, साऱ्यांशी नातं बांधलंत. मग आम्हांलाच का वगळताय् ? आम्ही तुमच्या वाड्यात वास्तव्य केलं, तर चालेल ना ?'

'काय इचारता ! तुमच्या पावलानं माझी कुळी धन्य व्हईल.'

राजांच्या त्या निर्णयानं एकच धावपळ उडाली. राजसदरेवरची बिछायत विठोजीच्या वाड्यात नेली गेली.

राजे गड पाहून प्रसन्न झाले होते. ते बाजींना म्हणाले,

'बाजी ! कल्पनेपेक्षाही सुरेख गड उभारलात.'

'आज्ञा !' बाजी म्हणाले.

'आज्ञा करणं सोपं असतं ! पण त्या साकार करणं कठीण असतं. बाजी, आता या पुढं या गडाला जासलोड नाव शोभणार नाही. या गडाचं नाव मोहनगड ठेवा.'

राजे सर्वांशी बोलत विठोजीच्या वाड्याकडं आले. राजांच्यासाठी बैठक हंतरण्याची धावपळ चालू होती. राजांच्या ते ध्यानी आलं.

'विठोजी, आम्ही तुमचे पाहुणे म्हणून आलो नाही. आम्हांला तुम्ही घरचे समजा. आमच्यासाठी तुम्ही धावपळ करू नका. आपल्या घरची मीठ-भाकर आम्ही गोड मानून घेऊ.'

राजे वाड्यात आले आणि सखू बाहेर आली. तिनं राजांना वाकून नमस्कार केला. विठोजी म्हणाले,

'ही माझी लेक, सखू.'

पदर सावरून उभ्या राहिलेल्या सखूकडं पाहत राजे उद्‌गारले,

'सखू, सखूबाई...'

क्षणभर राजांना मृत्यू पावलेल्या सईबाई राणीसाहेबांची आठवण झाली. डोळ्यांच्या पापण्या ओलावल्या, पण क्षणभरच. स्वत:ला सावरत राजे म्हणाले,

'विठोजी ! हिला पाहून आमच्या सखूची आम्हांला आठवण झाली. आमच्या सखूबाई हिच्यासारख्याच आहेत. मुलगी भेटल्याचा आनंद झाला.' आणि सखूकडं वळून ते म्हणाले, 'पोरी ! आम्ही दोन दिवस येथे आहोत. आम्ही आलो, म्हणून पक्वान्नं करू नको. आम्हांला ती चालत नाहीत. झुणका, भाकर, भाजी आम्हांला आवडते.'

'व्हय, जी !' सखू म्हणाली.

'जे पोरांना कळतं, ते मोठ्यांना समजत नाही. खरं ना, विठोजी !' राजांनी विचारलं.

विठोजीला काही कळलं नाही. तो राजांच्याकडं पाहत होता, मागं उभे असलेले नेताजी, तानाजी, बाजी का हसले, हेही त्याला समजलं नाही.

❐

दुसरे दिवशी राजे गडाची पाहणी करण्यासाठी बाहेर पडण्याच्या तयारीत असता सखू आतून बाहेर आली.

'बाहेर जाऊ नका. आईनं आंबील केली हाय. ती घेऊन मगच जायचं तिथं जावा.'

राजे कौतुकानं सखूकडं पाहत होते. सोप्यावरचे सारे सखूचे ते बोल ऐकून बघत राहिले. विठोजी उसळला.

'पोरी ! कुनाला सांगतीयास हे ? काय रीत-भात हाय, का न्हाई ?'

त्या बोलण्यानं सखू शरमली. राजे मोठ्यानं हसले. ते म्हणाले,

'विठोजी, तिला बोलू नका. आमची सखू आमच्यावर असाच अधिकार

गाजवते. तिच्या बोलण्याचं आम्हांला सुख आहे. ते आम्हांला भोगू दे. सखू ! घेऊन ये तुझी आंबील. ती घेऊनच आम्ही बाहेर जाऊ.'

सखू आंबिलीचा कटोरा घेऊन बाहेर आली. राजांनी सर्वांच्या देखत आंबील संपवली. सर्वांकडं पाहत राजांनी सखूला विचारलं,

'आम्ही एकट्यानंच आंबील घ्यायची ?'

'एकट्यानं का ?' सखू म्हणाली, 'येरवाळीच साऱ्यांस्नी आंबील दिलीय्.'

तानाजी म्हणाला,

'महाराज ! या घरचा पावनेर लई मोठा हाय.'

विठोजी म्हणाला,

'पावनेर कसला ! दोन वेळा जेवायची मारामार होती. तुमच्या पावलानं गडावर लक्ष्मी आली. मला वाटायला काय जातंय् ?'

'विठोजी ! आता तुम्ही गडाचे गडकरी. देवानं दिलं, ते असंच सढळ हातानं गोरगरिबांना वाटा. लक्ष्मी कधी तुमच्यावर रुसायची नाही. चला, गड बघू.'

राजांच्या संगती सारे बाहेर पडले.

राजांनी पाण्याचं टाकं बघितलं. साऱ्या वास्तू पाहत राजे फिरत होते. नव्या उभारलेल्या बुरुजांचं कौतुक राजे करीत होते.

फिरत असता गडाच्या एका तटावर उभा असलेल्या बुरुजाकडं राजांचं लक्ष गेलं. तो बुरूज तसाच जुनाट वाटत होता. त्याचे दगड अनेक ठिकाणी कोसळले होते. राजांनी त्या बुरुजाकडं बोट दाखवत बाजींना विचारलं,

'बाजी ! तो बुरुज तसा का ?'

'राजे ! त्या बुरुजाला वेताळाचा बुरुज म्हणतात. ती जागा बाधक आहे. पण बुरुजाची जागा सुरक्षित आहे.' विठोजी म्हणाला.

'अस्सं !' राजे त्या बुरुजाच्या दिशेनं जात होते.

बाजींनी सांगितलं, त्यात काही खोटं नव्हतं. बुरुजाखाली सरळ उतरलेला कडा डोळे फिरवत होता.

राजे शांतपणे वळले. त्यांनी बाजींना आज्ञा केली,

'बाजी, या बुरुजाला खणती लावा.'

'खणती !' विठोजीचे डोळे विस्फारले. तो आश्चर्यानं म्हणाला, 'राजं ! तसं करू नगा ! पाया पडतो तुमच्या. दर आवसेला आनी पुनवेला नारळ फोडून दिवा लावतो. चुकून राहिलं, तर राती मशाल फिरताना दिसतीया. वराडनं ऐकू येतंया.'

'अस्सं ! म्हणजे जागृत वेताळ आहे, तर !' राजे उद्गारले, 'बाजी, आता ह्या गडाचं जासलोड गड नाव राहिलं नाही. या मोहनगडावर यापुढं वेताळाची सत्ता राहाणार नाही. बाजी, या बुरुजाला खणती लावा.'

साऱ्यांच्या चेहऱ्यांवर भीती उमटली होती. त्या वेताळ बुरुजाच्या भीतीनं भर

दिवसा देखील कोणी माणसं तिकडं फिरकत नव्हती. राजांच्या बोलण्यानं भीतिग्रस्त झालेली सारी अचंब्यानं उभी असता, राजांचे बोल साऱ्यांच्या कानांवर पडले,

'विठोजी, काल तुमच्या वाड्यात आम्ही निद्राधीन झालो असता आम्हांला देवीचा दृष्टांत झाला.'

'देवी !'

'हो, जगदंबा ! तिनं आम्हांला हा बुरुज दाखवला. त्यात धन आहे, असं सांगितलं.'

राजांच्या बोलण्यावर कुणाचा विश्वास बसत नव्हता. कोणी खणती लावायला पुढं धजत नव्हतं.

राजांच्या ध्यानी सारी परिस्थिती आली. ते नेताजींना आज्ञा करते झाले,

'नेताजी, आपले मावळे बोलवा. येताना खणतीची अवजारं आणायला सांगा.'

नेताजी तातडीनं गेले. राजांच्या चेहऱ्यावर स्मित होतं. पण बाकी सर्वांच्या मुद्रा गंभीर होत्या. राजे विठोजींना म्हणाले,

'एकंदरीत तुमचा वेताळ बुरूज जागता दिसतो.'

'व्हय, राजे !' विठोजी आशेनं म्हणाला, 'आजवर लई जनांस्नी बाधा झालीया. खोटं सांगत न्हाई. पन भर उनाचंबी कोना मानसाची या जागंत पाय ठेवायची टाप न्हाई.'

'अस्सं !' राजांच्या चेहऱ्यावर तेच स्मित होतं. 'विठोजी, तुम्ही रात्रीच्या वेळी कधी मशाली बघितल्यात ?'

विठोजीनं नकारार्थी मान हलवली.

'कधी किंकाळ्या, ओरडणं ऐकलंत ?'

विठोजी नकारार्थी मान हलवत म्हणाला,

'म्या ऐकलं न्हाई, पन लई ऐकलंय्.'

'काय ऐकलंत ?'

'जवा का गड बांधला, तवा ह्या तटावर बुरूज उभा ऱ्हाईना. तवा आमदानी निजामशाहीची व्हती. बुरूज उभा ऱ्हाईना, म्हणून एका बाळंतणीला पोरासकट या बुरुजात गाडली. बुरूज उभा ऱ्हायला. ती बाळंतीन अजून बी राखन करतीया.'

'अस्सं !' राजे म्हणाले, 'एकंदरीत बराच जागृत बुरूज दिसतो हा. मग आम्हांला देवीनं दृष्टांत का दिला ?'

तोवर राजांचे मावळे आले होते. पहारी, कुदळी त्यांच्या हातांत होत्या. राजांनी बुरुजाकडं बोट दाखवलं. आज्ञा केली,

'त्या बुरुजाला खणती लावा.'

बुरुजाचे दगड ढासळत होते.

राजे शांतपणे ते दृश्य पाहत होते.

पाच-पंचवीस मावळ्यांनी बुरुजाला हात घातला होता. पहार, कुदळ आणि कोसळणारे दगड यांचे आवाज सोडले, तर दुसरा आवाज उमटत नव्हता.

बुरूज निम्मा ढासळला आणि एका पहारीच्या रुतण्यात खणकन आवाज उमटला. साऱ्यांच्या मुद्रा बदलल्या. उत्सुकता वाढली. काळजीपूर्वक माती, दगड काढले जात होते आणि काही वेळानं खणती करणाऱ्यांना आतली भांडी दिसू लागली. लहान हंड्याच्या आकाराची मोहोरबंद केलेली दोन भांडी बाहेर काढण्यात आली.

भांडी वजनदार होती. राजांच्या समोर ती भांडी आणली गेली. साऱ्यांची उत्सुकता शिगेला पोहोचली होती.

राजांनी शांतपणे आज्ञा दिली,

'उघडा !'

दोन्ही भांड्यांची शिशाची कडी फोडली गेली. भाड्यांची तोंडं उघडली. भान विसरून विठोजी उद्‌गारला,

'मोहरा !'

सारे राजांच्याकडं कौतुकानं पाहत होते.

राजे विठोजीला म्हणाले,

'काय, विठोजी ! आमचा दृष्टांत खरा ठरला ना !'

'व्हय, राजं ! देवी खरंच तुच्यावर परसन् हाय, बघा.'

बाजी आश्चर्यानं तो सारा प्रकार पाहत होते. काय बोलावं, हे त्यांना सुचत नव्हतं.

राजांनी सांगितलं,

'हे हंडे सदरेकडं घेऊन चला.' आणि बाजींच्याकडं वळून राजांनी आज्ञा दिली, 'बाजी, बुरूज बांधून घ्या. आणि ह्या बुरुजाचं नाव दौलती-बुरूज ठेवा.'

मावळ्यांनी मोठ्या उत्साहानं सांगड करून भांडी तोलली. 'जय जगदंब !' म्हणून ती भांडी घेऊन ते सदरेकडं जाऊ लागले.

❒

संध्याकाळी राजे आणि बाजी सदरेवर बसले असता न राहवून बाजी म्हणाले,

'राजे, एक विचारू ?'

'विचारा ना ! आम्हांला माहीत आहे, तुम्ही काय विचारणार, ते.'

बाजी पुन्हा संभ्रमात पडले. बाजींचं ते विचारग्रस्त रूप पाहून राजे स्मितवदनानं म्हणाले,

'आम्हांला खरोखरच दृष्टांत झाला होता का, हेच विचारणार होता ना !'

'जी !' बाजींनी सांगितलं.

'दृष्टांत वगैरे काही झाला नव्हता. ही दृष्टी आम्हांला दादोजींनी दिली. चाणक्य काळापासून राजनीतीत ही गोष्ट आहे. गडाचा खजिना जेव्हा सुरक्षित राखायचा असतो, तेव्हा हीच पद्धत अवलंबली जाते.'

'कसली पद्धत ?' बाजींनी विचारलं.

'गडावर अशाच सुरक्षित जागेवर बुरुजाची निवड केली जाते. त्यात मोजक्या माणसांकरवी रात्रीच्या वेळी धन पुरलं जातं. ती माणसं दोनपेक्षा जास्त नसतात. धन पुरून झाल्यानंतर ती माणसं परतत असता त्यांनी काय केलं, हे माहीत नसणाऱ्या मारेकऱ्यांमार्फत त्यांचा वध केला जातो. त्यांची प्रेतं बुरुजाच्या नजीक टाकली जातात. दुसरे दिवशी गडावरची माणसं ती प्रेतं पाहतात. दचकतात. भितात. त्यांचं दफन तिथंच केलं जातं. काही दिवसांनी रात्री-अपरात्री तिथं दिवट्या नाचवल्या जातात आणि त्या बुरुजाचं नाव सैतान बुरूज, वेताळ बुरूज असं पडतं. अंधश्रद्धा बाळगणारे कमी नसतात. त्या बुरुजाच्या कथा तयार होतात. त्या बुरुजाकडं जायला कोणी धजेनासं होतं. त्यामुळं असा बुरूज पाहिला की, आम्हांला त्यातलं धन दिसू लागतं. याचं प्रत्यंतर आम्हांला तोरण्यावर आलं होतं.'

राजांच्या बोलण्यानं बाजीप्रभू प्रसन्नपणे हसले. ते मोकळेपणानं म्हणाले,

'राजे ! बांदलांची दिवाणगिरी केली, पण ही दृष्टी कधी लाभली नाही.'

'बाजी ! अनुभवातून माणसं शिकत असतात. या धनाची आज खूप गरज होती.'

'गरज ?'

'बाजी ! आम्ही फत्तेखानाचा पराभव केला आहे. आदिलशाही आता स्वस्थ बसेल, असं वाटत नाही. आमच्यावर कुठलंही परचक्र येण्याआधी आमच्या बारा मावळचे सारे गड मजबूत करायला हवेत. रोहिड्याचं बांधकाम कुठवर आलं ?'

'त्याची चिंता नसावी.' बाजींनी सांगितलं. 'बांदलांनी आपल्या नजरेखाली गडकोट बंदोबस्त करून घेतला आहे.'

'ठीक !' राजे समाधानानं म्हणाले. त्याच वेळी त्यांचं लक्ष सदरेबाहेरच्या रस्त्याकडं गेलं.

राजांच्या मुखावर स्मित उमटलं. ते बाजींना म्हणाले,

'धरणेकरी येताहेत ! आम्हांला जावं लागेल.'

बाजींनी रस्त्याकडं पाहिलं. भर उन्हातून सखू सदरेकडं येत होती.

बाजी उद्‌गारले,

'पोरगी मोठी धीट आहे.'

'धीट नव्हे, प्रेमळ आहे. जिथं प्रेम असतं, तिथं रिवाज पाळला जात नाही.'

राजे म्हणाले, त्यात काही खोटं नव्हतं. उन्हातून आलेली सखू राजांना पाहताच म्हणाली,

'मोहरांचा हंडा मिळाला, म्हणून त्यानं पोट भरतंय् ? म्या आज तुमच्यासाठी बाजरीची भाकरी, ताजं लोणी आनि तांबडी भाजी केलीया. भाकर थंड झाली, तर...'

'अग, हो ! किती सांगशील ? आम्ही चुकलो.' राजे कौतुकानं म्हणाले.

'बाजी, ह्या पोरीची आज्ञा आम्हांला मोडता येणार नाही. आम्ही निघालो.'

सखूच्या मागोमाग निघालेल्या राजांना बाजी कौतुकानं पाहत होते.

राजांची राजगडला जायची तयारी चालली होती. गडाखाली राजांचं सामान नेलं गेलं.

विठोजी-गुणाजीला राजे म्हणाले,

'आम्ही येतो. विठोजी, आता गड तुमच्या ताब्यात. शिबंदी गोळा करा. तुमच्या हाती गड सुरक्षित आहे, याची आम्हाला खात्री आहे.'

विठोजींना काही बोलवत नव्हतं.

राजांनी विचारलं,

'आणि आमची सखू कुठं आहे ?'

आतल्या दरवाज्यातून सखू तीरासारखी बाहेर आली आणि तिनं राजांच्या पायांवर मस्तक ठेवलं. तिच्या अश्रूंनी राजांचे पाय भिजत होते.

राजे दाटल्या कंठानं सखूला उठवत म्हणाले,

'ऊठ, सखू ! हे काय वेड्यासारखं. पूस ते डोळे. आम्ही सांगतो, तू हाक मारशील, तेव्हा आम्ही तू असशील, तिथं हजर होऊ. यशवंतची काळजी करू नको. आम्ही त्याला जीवमोलानं सांभाळू. आमची सखू आणि तू यांत आम्हांला फरक वाटत नाही.'

राजांनी कमरेचा कसा काढला आणि सखूच्या हातात दिला.

'मला नगंऽ' सखू म्हणाली.

'पोरांनी वडिलांचं ऐकावं !' राजे म्हणाले.

'केलंसा, तेवढं लई झालं; आनि कशाला...' विठोजी म्हणाला.

'विठोजी, आम्ही पदरचं थोडंच खर्चतो ! देवीनं आम्हांला धन दिलं. ज्या घरात देवावर निष्ठा असते, आणि सुना-मुलींच्या अंगांवर दागिने चढतात, त्या घरचं वैभव कधी कमी होत नसतं. ते वाढतच जातं. सखू, आम्ही येतो.'

राजांनी वाड्याबाहेर पाऊल टाकलं. चालत असता ते बाजींना म्हणाले,

'बाजी, दोन दिवस राहिलो, पण या पोरीनं खूप लळा लावला.'

राजे गडाखाली आले. राजांचं अश्वदळ तयार होतं. राजांचं लक्ष यशवंतकडं गेलं.

'यशवंत, सखूला सांभाळ.' बाजींच्याकडं वळून त्यांनी सांगितलं, 'बाजी,

काही लागलं-सवरलं, तर आम्हांला कळवा. या मुलखावर तुमची नजर असू दे. घरची सर्व व्यवस्था करून तुम्ही, फुलाजी, शक्य तो लवकर आम्हांला भेटायला राजगडावर या.'

'जशी आज्ञा !' बाजी म्हणाले.

राजे घोड्यावर स्वार झाले. साऱ्यांनी मुजरे केले आणि राजांचं अश्वदळ राजगडाच्या रोखानं जाऊ लागलं.

'खरंच राजांना धन सापडलं ?' गौतमाईनं विचारलं.

'झालं !' बाजी म्हणाले, 'आम्ही इथवर पोहोचायच्या आत साऱ्या बातम्या आल्या, म्हणायच्या.'

'बातमी कसली ! ज्याच्या त्याच्या तोंडावर हेच हाय.' सोनाबाईनं सांगितलं.

'छान !' बाजी उद्गारले.

'राजांना देवी प्रसन्न आहे. तिनंच राजांना दृष्टांत दिला, म्हणे !' गौतमाई म्हणाल्या.

'म्हणे, कसलं !' फुलाजी आवेशानं सांगत होते, 'आम्ही डोळ्यानं बघितलं, नव्हं ! सारे घाबरत होते, पण राजांनी आज्ञा केली, 'लावा खणती' आणि काय - मोहरांनी भरलेले हंडे सापडले, हंडे !'

'अग, बाई !'

'शिवाजी राजा साधं पोर नाही. देवमाणूस आहे. त्याच्या मागं देवीचं बळ आहे. माणसांची पारख आहे. माणसानं एकदा त्याच्याबरोबर बोलावं आणि कायमचा गुलाम व्हावं, अशी त्याची करामत आहे.'

'हे मात्र खरं !' बाजी म्हणाले, 'आजवर बांदलांची चाकरी केली, पण हे सुख मिळालं नाही. पण या खेपेला राजे कसल्या तरी चिंतेत असावेत, असं वाटतं होतं.'

'बाजी, खरं ?' फुलाजींनी विचारलं.

'हो ! नाहीतर त्यांनी घरची व्यवस्था करून गडावर भेटीला बोलावलं नसतं.' बाजी म्हणाले.

'घोर नाही, तर राजा कसला ?' फुलाजी म्हणाले, 'तुम्ही गडावर जाऊन या. नंतर आपण राजगडला जाऊ.'

त्या भावांचं बोलणं ऐकून सोनाबाई, गौतमाई चकित झाल्या. सोनाबाई उद्गारली,

'आपण राजगडला जाणार ?'

'जायलाच हवं !' बाजी म्हणाले, 'राजांची आज्ञा केली नाही, म्हणून काय झालं ? ते चिंतेत आहेत, हे माहीत असता थांबून कसं चालेल ?'

बाजींचा तो निर्णय ऐकून गौतमाई, सोनाबाई तिथून निघून गेल्या.

बाजी फुलाजींना म्हणाले,

'मी उद्या सकाळी गडावर जातो. राजांनी शिबंदी वाढवायला सांगितली आहे. मी येईपर्यंत आपण जोखमीची, विश्वासाची माणसं गोळा करा.'

'माणसांना काय तोटा !' फुलाजी म्हणाले, 'त्यांना हाक मारणारा मालक हवा होता. त्याचीच ते वाट बघत होते.'

बाजी काही बोलले नाहीत. ते समाधानानं आपल्या मोठ्या भावाकडं पाहत होते.

❐

रोहिडा किल्ल्याच्या वाड्यात, सदरेवर मल्हारबा देशमुख बसले होते. तिशीच्या वयाच्या देशमुखांची मुद्रा त्रस्त दिसत होती. देशमुखांचे कारभारी गंगाधरपंत सामोरे उभे होते. वाड्याच्या पायऱ्यांखाली आठ-दहा माणसं उभी होती.

देशमुख गर्जले,

'दोन वर्षं बेपत्ता ! आनि आज भडवे बलुतं मागायला आले. ठेवल्यात त्यांच्या बापानं. गंगाधरपंत, त्यांच्या पदरात एक दाणा टाकू नका.'

'जी, धनी !' गंगाधरपंत उद्गारले.

पायरीखाली उभा असलेल्यांतला ज्ञानू लोहार म्हणाला,

'धनी, पाठीवर मारा पन पोटावर मारू नगासा.'

'मग कशाला शेण खायला गेला होता ?'

'धनी ऽ तुमीच सांगितलासा, म्हनून ऽऽ'

'मी नव्हे, त्या बाजी देशपांड्यांनं सांगितलं. आनि तुमी ते ऐकलासा. जाण राहिली नाही तुम्हांला. बलुतं आमचं आणि चाकरी त्या शिवाजीची.'

'शिवाजीराजं व्हतं, म्हणून दोन वर्सं मानसं जगली. त्यो देवमानूस.' मुकुंदा गवंडी धीर करून म्हणाला.

'एवढा मान चढला ?' मल्हारबा उठत म्हणाले, 'कोण आहे, रे, तिकडं या हरामखोराच्या पाठी सोलून काढायला ?'

सेवक धावले.

भीतिग्रस्त माणसं त्या आज्ञेनं उभ्या जागी बसली. पण अपेक्षेप्रमाणे काही घडलं नाही. सारे सेवक वाड्यासमोरच्या रस्त्याकडं बघत होते.

बाजींची रुबाबदार मूर्ती वाड्याकडं चालत येत होती. बाजींना येताना पाहताच मल्हारबांचा सारा नूर पालटला. बाजी सदरेखाली जमलेल्या मंडळींच्याकडं नजर टाकून पायऱ्या चढले. त्यांनी मल्हारबांना नमस्कार केला.

'बाजी ! तुम्हांला आठवण झाली. बरं वाटलं !'

बाजींनी उत्तर दिलं,

'तसं नाही, धनी ! जासलोड गडाच्या कामगिरीवर होतो. तेव्हा...'

'तेच ते !' देशमुख म्हणाले, 'आता आम्ही धनी कुठले ? आता तुमचे शिवाजीराजे धनी.'

त्या असंयमी उद्गारांनी बाजींना दु:ख झालं. आपली अस्वस्थता प्रगट न करता त्यांनी सांगितलं,

'आम्ही आपली चाकरी करत आलो. ते इमान आम्ही विसरलो नाही. आपणच आमचे धनी. पण शिवाजी आमचे राजे आहेत.'

'तुमचे राजे ?'

'माझेच नाहीत; आपलेही !' बाजींचा आवाज थोडा कठोर झाला.

'ते तुमचे राजे असतील. आमचे नाहीत !' मल्हारबा त्याच जिद्दीनं उद्गारले.

'धनी ! तुम्ही लहान आहात ! तुमच्या वडिलांनी मला दिवाण नेमलं होतं. त्या वडिलकीच्या नात्यानं मी आपल्याला विचारतो. जेव्हा शिवाजी राजांनी हा गड ताब्यात घेतला, तेव्हा तुम्हांला-आम्हांला वतनं काढून घेऊन बेघरदार करायला त्यांना कोणी मज्जाव केला होता ? तसं केलं असतं, तर तुम्ही काय करणार होतात ?'

'काय म्हणालात ?' मल्हारबा उद्गारले.

'येवढंच नव्हे, तर गड, मुलूख काबीज करूनही राजांनी तुम्हांला मानलं...'

'मानलं ! उपकार केलेत नाहीत !' मल्हारबा म्हणाले, 'आदिलशाहीला कळवलं असतं, तर ?'

'तर काय झालं असतं ?' बाजींचा संयम ढासळला, 'आजवर आदिलशाहीतच हा गड होता ना ? आपल्या पिताजींनी अनेक वेळा शिवाजींच्या विरुद्ध कागाळ्या नेल्या. पण त्या दरबारची एकही माशी जागची हलली नाही. उलट, शिवाजी राजांनी गड जिंकूनही तुमच्या ताब्यात दिला. तुमची-आमची वतनं सुरक्षित केली. गड सोडताना त्यांनी आपला एकही माणूस गडावर ठेवला नाही, आणि त्याची कदर आपणही करता ?'

बाजींच्या त्या रोखठोक बोलण्यानं मल्हारबा थोडे भानावर आले होते. त्यांचं लक्ष पायरीखाली बसलेल्या इसमांच्याकडं गेलं. परत त्यांचा राग जागा झाला,

'त्यांची माणसं ! पण आमची माणसं पळवली, त्याचं काय ? बलुतं आम्ही देणार आणि आमची माणसं...'

'राजे नसते, तर तुम्ही मालक बनला नसता.' बाजींनी सांगितलं, 'आणि या माणसांना पोसण्याची ताकद तुम्हांला राहिली नसती. गंगाधरपंत, हा मामला काय आहे ?'

गंगाधरपंत हात जोडून म्हणाले,

'हे गडाचे बारा बलुतेदार. जासलोड गडाच्या उभारणीच्या कामासाठी तिकडं

गुंतले.'

'आम्हीच सांगितलं होतं.' बाजी म्हणाले.

'त्यापायीच धन्यांना राग आला. ते सारे आज बलुतं मागायला आलेत.'

'त्यांना बलुतं द्या.' बाजींनी आज्ञा दिली.

'हे तुम्ही सांगता ?'

'धनी, मी तुमची आज्ञा मोडत नाही. पण बलुतं दिलं नाही, तर ही माणसं जगणार कशी ? या माणसांचा शिवाजी राजांशी परिचय झाला आहे. शिवाजी राजे आता या भागातला माणूस ओळखतात. ती तक्रार राजांच्या कानांवर गेली, तर आपली गय केली जाणार नाही.'

'शिवाजी राजे ! शिवाजी राजे !' देशमुख वैतागले, 'कोण शिवाजी राजे ! आम्ही चांगले ओळखतो या शिवाजी राजांना. आमच्या वडिलांचा मृत्यू आम्ही विसरणार नाही.'

'इथंच राजाचं मोठेपण आहे ! त्यांनी सारं विसरून तुम्हां-आम्हांला वतनं परत दिली. पण तुमच्या मनातली कटुता अजून सरत नाही. राजे मोहनगडावर आले होते.'

'मोहनगड ?' देशमुखांनी विचारलं.

'जासलोड गडाचं नाव मोहनगड ! राजांनी ठेवलं आहे. राजे तुमची आठवण काढीत होते.'

देशमुख घाबरले.

'आमची आठवण ! मग तुम्ही काय सांगितलं ?'

'घाबरण्याचं कारण नाही.' बाजी हसून म्हणाले, 'आम्ही त्यांना सांगितलं, तुम्ही गडाच्या उभारणीत गुंतला आहात.'

'बरं केलं.' देशमुख म्हणाले, 'बापाला ठेच लागली, तर मुलानं शहाणं व्हावं !'

बाजी काही क्षण काही बोलले नाहीत. नंतर ते म्हणाले,

'धनी ! राजांनी आज्ञा केली आहे— बांदलांची शिबंदी जेवढी वाढवता येईल, तेवढी वाढवा.'

'वाढवा ! आणि त्याचा खर्च कोण देणार ?'

'अर्थात राजे !' बाजी विश्वासानं म्हणाले, 'त्यात कसूर होणार नाही. किती केलं, तरी तो राजा आहे. आपण त्यांची प्रजा.'

'आम्ही म्हणत नाही.' देशमुख म्हणाले.

दोन दिवस गडावर मुक्काम करून, गडाची सर्व व्यवस्था देशमुखांना सांगून, बाजी आपल्या सिंद गावी परतले.

बाजी- फुलाजी प्रथमच राजगडावर येत होते. गडाच्या पहिल्या दरवाज्याशी ते आले. दरवाज्यावर चार भालेकरी पहारा करीत होते. त्यांचं लक्ष बाजी, फुलाजी, यशवंत आणि पाच शिलेदार यांच्याकडं गेलं. पहारेकऱ्यांनी बाजींना मुजरा केला.

दरवाज्याच्या देवडीवर बसलेला एकजण बाजींच्या सामोरा आला. नम्रतेनं हात जोडून म्हणाला,

'आपलं नाव ?'

'आम्हांला बाजीप्रभू देशपांडे म्हणतात.'

'गाव ?'

'सिंद गावचे आम्ही.'

'गडावर येण्याचं प्रयोजन ?...'

बाजीप्रभू मनातून अस्वस्थ झाले होते. फुलाजी, यशवंतचा संताप वाढत होता. आपला संयम आवरत बाजींनी उत्तर दिलं,

'शिवाजी राजांनी आम्हांला बोलावलं होतं. राजांना आम्ही आल्याची वर्दी द्या.'

दरवाज्याच्या देवडीकडं बोट दाखवीत तो इसम म्हणाला,

'आपण थोडा वेळ तिथं बसावं. मी वर्दी देऊन येतो.'

यशवंतला राहवलं नाही,

'अहो ! आमचं बाजी राजांचं सरदार हाईत.'

त्या माणसाच्या चेहऱ्यावरची रेषही बदलली नाही. डोक्याला पागोटं, मांडचोळणा घातलेल्या त्या माणसाच्या गळ्यात मोठी चांदीची पेटी लटकत होती. तो शांतपणे म्हणाला,

'आपण थोडा वेळ थांबावं. मी वर्दी देऊन येतो.'

त्या माणसाचा अडाणी वेष आणि शुद्ध बोलणं यावर बाजी, विचार करीत असता संतापलेला यशवंत म्हणाला,

'ही काय रीत झाली ?'

बाजी हसले. म्हणाले,

'तसं नाही, यशवंत. ही गडाची शिस्त आहे. परका माणूस चौकशीविना गडावर घेणं हे चूक आहे.'

थोड्याच वेळात तो इसम आणि तानाजी झपझप पावलं टाकीत येताना दिसले. तानाजी-बाजी भेटले. तानाजी बाजींना म्हणाला,

'आमच्या बहिर्जींनी अडवलं, वाटतं !'

'बहिर्जी ?' बाजी त्या इसमाकडं पाहत म्हणाले.

'होय ! मीच बहिर्जी नाईक !' बहिर्जी म्हणाले.

'तरीच ! मी तोच विचार करीत होतो. भाषा शुद्ध आणि वेष मावळ्याचा— कळत नव्हतं. दादा ! हे बहिर्जी नाईक. राजांच्या गुप्तहेर खात्याचे प्रमुख. आणि राजांचे अत्यंत विश्वासू.'

तानाजी म्हणाला,

'चलावं.'

तानाजीसह सर्वजण गडावर प्रवेश करते झाले.

गड अत्यंत स्वच्छ होता. गडाच्या इमारती निरखीत बाजी जात होते. तानाजी गडाची माहिती देत होता.

संजीवनी माचीवर येताच तानाजीनं सांगितलं,

'या गडाला सुवेळा माची हाय. तशीच ही संजीवनी माची. ही माची बांधत असता एकाएकी दारूचं कोठार पेटलं. हवालदार उडून पडला. पन जिता ऱ्हायला, तवा राजांनी ह्या माचीचं नाव संजीवनी ठेवलं. अजूनबी बालेकिल्ल्याचं काम चालू हाय.'

'राजे केव्हा भेटणार ?' बाजींनी विचारलं.

'राजांनीच सांगितलं, तुमांस्नी गड दावून वाड्यावर घेऊन या.'

वाड्याच्या सदर-सोप्यावर खूप माणसं जमली होती. त्यांत येसाजी, मोरोपंत, अनाजी, फिरंगोजी, नेताजी, तुकोजी वगैरे राजांचे मानकरी दिसत होते.

बाजी-फुलाजी सदरेवर जाताच मोरोपंतांनी त्यांचं स्वागत केलं. एवढी माणसं जमा होऊनसुद्धा वातावरण गंभीर होतं.

मोरोपंतांनी सांगितलं,

'आपण येताच राजांनी आपल्याला व फुलाजींना आत घेऊन येण्याची आज्ञा दिली आहे. आपण चलावं.'

यशवंताला सदरेवर सोडून बाजी, फुलाजी वाड्यात प्रवेश करते झाले. ज्या महालात राजे होते, तिथं बाजी, फुलाजी गेले आणि बाजींचं लक्ष राजांच्या शेजारी बसलेल्या जिजाबाईंच्याकडं गेलं. बाजी जिजाबाईंच्याकडं पाहत होते. बाजींना जाणवली, ती जिजाबाईंची नजर. शिवाजी राजांच्या भेदक दृष्टीचं रहस्य बाजींना उलगडलं होतं. बाजी, फुलाजींनी राजांना, जिजाबाईंना मुजरे केले.

'या, बाजी ! आम्ही तुमचीच वाट पाहत होतो.' फुलाजींकडं बोट दाखवून राजांनी जिजाबाईंना सांगितलं, 'मासाहेब, हे फुलाजी; बाजींचे थोरले बंधू.'

जिजाबाई म्हणाल्या,

'बाजी, फुलाजी, राजांनी आम्हांला सारं सांगितलं आहे. तुम्ही आम्हांला मिळालात, याचं समाधान वाटतं. तुम्ही मोहनगड नामी उभा केलात, असं राजे म्हणाले.'

धीर करून बाजींनी सांगितलं,

'आऊसाहेब, ते राजांचं कौतुक ! पण राजगड बघितला आणि गर्वहरण झालं.'

जिजाबाईंच्या चेहऱ्यावर स्मित उमटलं.

राजे म्हणाले,

'बाजी, फुलाजी, आम्ही तुम्हांला इथं बोलवलं. आमचा अंदाज खरा ठरला. आमच्यावर एक परचक्र चालून येत असल्याची बातमी आली आहे.'

'परचक्र ?' बाजी उद्गारले.

'हो ! आम्ही इथले गड घेतले. वतनदारांच्या तक्रारी आदिलशाहीत जाऊन पोहोचल्या... आणि कळस म्हणजे, आम्ही फत्तेखानाचा पराभव केला. झोपलेल्या आदिलशाहीला जाग आली आहे. आदिलशाहीचा खासा सरदार अफझलखान आमच्यावर चालून येतो आहे.'

'बातमी खरी आहे ?' बाजींनी विचारलं.

'त्यात शंका नाही. आता उसंत घेऊन चालणार नाही. रात्र वैऱ्याची आहे, हे आम्ही जाणतो.'

'येवढी अफझलची भीती ?' बाजी छाती रुंदावत म्हणाले.

'बाजी, शत्रू नेहमी पारखून घ्यावा. अफझलखान साधा नाही. तो वाईचा सोळा वर्षं सुभेदार होता. त्याला हा मुलूख परका नाही.'

'मग आम्ही का परके आहोत ? त्याला या मुलखातलं झाडन् झाड परिचयाचं असेल.' फुलाजी न राहवून बोलले, 'पण आम्हांला गवताची काडीन् काडी ठाऊक आहे, म्हणावं.'

राजे हसले.

'फुलाजी, आपण योग्य तेच सांगितलंत ! पूर येतो, तेव्हा झाडं जातात, पण लव्हाळी वाचते. बाजी ! पण हा शत्रू प्रबळ आहे. त्यानं येण्याआधीच खूप जखमा आमच्या छातीवर कोरल्या आहेत.'

'जखमा ?' बाजी उद्गारले.

'हाच तो अफझल की, ज्यानं कट करून बाजी घोरपडे आणि मुस्ताफखानामार्फत आमच्या वडिलांना, दाजीसाहेब महाराजांना जिंजीच्या छावणीत बेसावध, निद्राधीन असता पकडलं आणि याच उन्मत्त अफझलखानानं दाजीसाहेब महाराजांच्या पायांत बेड्या चढवून त्यांची विजापुरात धिंड काढली.'

'राजे !' जिजाबाईंच्या डोळ्यांत अश्रू तरळले.

'मासाहेब, कनकगिरीच्या वेढ्यात याच अफझलनं आमच्या दादासाहेबांचा, संभाजीराजांचा वध करवला. हा शत्रू अत्यंत खुनशी आहे. त्यानं अनेकांचे विश्वासघातानं वध केले आहेत.'

'म्हणून तह करायचा ?' मोरोपंतांनी विचारलं.

'मुळीच नाही ! अफझलभेटीची ही संधी आम्ही मुळीच सोडणार नाही. तर तो तरी राहील, नाहीतर आम्ही !'

राजांची ही करारी मुद्रा पाहून सारे भारावून गेले.

जिजाबाई म्हणाल्या,

'राजे, उतावीळपणानं काही करायला जाऊ नका.'

'मासाहेब, आम्ही उतावीळ नाही. करू, ते विचारानंच करू. पण ही संधी सोडली, तर स्वराज्याचा डाव परत मांडता येणार नाही. आम्ही सदरेवर जातो. बाजी ऽऽ'

'जी !'

'चला, सदरेवर जाऊ. आपली सारी ताकद किती भरते, याची खात्री करायला हवी. ते झालं, की प्रतापगड गाठायला हवा.'

'जशी आज्ञा !' बाजी म्हणाले.

मोरोपंत, बाजी, फुलाजीसह राजे सदरेवर गेले, तरी जिजाबाई सचिंतपणे बैठकीवर बसून होत्या.

❒

राजांचं अश्वदल प्रतापगडाच्या रोखानं धावत होतं. बाजी, फुलाजी राजांच्या समवेत होते. महाबळेश्वराचं दर्शन घेऊन राजे महाबळेश्वरचा डोंगर उतरू लागले. दाट रानानं वेढलेल्या त्या मुलखातून राजे जात होते. टापांच्या आवाजानं भयभीत झालेली रानपाखरं आकाशात फडफडत असता बाजींना प्रतापगडाचं प्रथम दर्शन झालं.

निबिड अरण्यानं वेढलेला तो प्रतापगड पाहून, बाजींना राजांच्या कल्पकतेचं कौतुक वाटलं. हत्तीच्या सोंडेसारखी सामोरी आलेली माची. त्यावर चढत गेलेली गडाची चढण. तटानं बंदिस्त झालेला गड बाजी निरखीत होते.

गडाच्या प्रथम दरवाज्याला राजे पायउतार झाले. सर्वांसह ते गड चढून गेले. रानमुलखात उभा ठाकलेल्या त्या गडावर सर्वत्र शांतता नांदत होती. गडावरून डोंगर-दऱ्यांनी, किर्र ऽ रानानं भरलेला मुलूख बाजी पाहत होते. भर दुपारच्या वेळीही झाडांची सावली भेदून जमीन गाठायची हिम्मत सूर्यकिरणांत नव्हती, असं ते रान होतं. एखाद्या हिरव्या कंच शेल्याला बदामी किनार लावावी, तसं कोयनेचं पात्र त्या रानातून जात होतं.

तटावरून ते सारं दृश्य बाजी न्याहाळत असता, राजे केव्हा मागं आले, हेही बाजींना कळलं नाही.

'बाजी ! काय पाहता ?' राजांनी विचारलं.

'केवढी कुबल जागा !' बाजींनी उत्तर दिलं, 'मरायला सुद्धा इथं कोणी येणार नाही.'

'जरूर येईल !' राजे हसले. 'बाजी, तो अफझल वाईचा सुभेदार होता. तो धोरणी आहे. तो आपला तळ वाईलाच टाकेल.'

'त्याचा काय फायदा ?' बाजींनी विचारलं.

'खूप ! आपण इथंच प्रतापगडावर राहू. खानाला जर मुकाबला करायचाच झाला, तर त्याला आपल्या पावलांनी इथं यावं लागेल.'

'राजे ! पण आपण इथं येण्याचे कष्ट...'

'कष्ट कसले ? आमचे सोबती वाड्याच्या सदरेवर हिरिरीनं खानाचा पराभव कसा करायचा, याची स्वप्नं रंगवत आहेत. गैरहजेरी होती, ती तुमची. म्हणून आम्ही तुम्हांला हुडकत आलो.'

'राजे ! आपण आम्हांला सांगितलं होतं की, आपली दौलत वाचवणारी खरी दौलत ही रानं आहेत. अगदी खरं ! या खोऱ्यात उतरणारा माणूस महामूर्ख म्हणावा लागेल.'

'अहंकारापोटी असा मूर्खपणा घडतो.' राजांनी बाजींना सांगितलं, 'बाजी, चला. सदरेवर सारी आपली वाट पाहत असतील.'

राजे आणि बाजी सदरेकडं जात होते.

सूर्य पश्चिम दिशेकडं झुकत होता.

❑

बाजींच्या वाड्यासमोरच्या चौकात एका कोपऱ्यात खूप गर्दी जमली होती. तात्याबा, यशवंत चौकात उभे होते. मध्यान्हकाळ झाला असताही गडावरची थंडी कमी झाली नव्हती. वाड्याच्या सोप्यावरच्या झोपळ्यावर बसून बाजीप्रभू चौकातला प्रकार शांतपणे बघत होते.

चौकात उभ्या असलेल्या यशवंत, तात्याबांच्या समोर एक मध्यम वयाचा मावळा किंचित लंगडत आला. तात्याबांचा करडा सवाल उमटला,

'नाव ?'

'भीमा झुनके.'

'गाव ?'

'नायनी.'

'नायनी गावावरून लंगडत आलास ?' यशवंतनं विचारलं.

'व्हय, जी !' भीमा म्हणाला.

तात्याबा-यशवंतच्या चेहऱ्यांवर हसू होतं.

बुटक्या उंचीचा, रुंद छातीचा; पण लंगडणारा भीमा ते पाहत होता.

तात्याबानं विचारलं,

'तू धारकरी हाईस काय ?'

'न्हाई, जी !'

'भालकरी ?' यशवंतनं विचारलं.

'न्हाई, जी !' भीमानं उत्तर दिलं.

'मग का आलास ?' तात्याबानं विचारलं.

'दवंडी पिटवली व्हती. शिवाजी राजाला फौजंत मानसं पायजेत, म्हणून.'

'आनि म्हणून तू आलास ? फौजंत लंगडं चालत न्हाईत, बाबा. तुला काय येतंय्, म्हनून घ्यायचं ?' तात्याबानं विचारलं.

'म्या धारकरी नसंन. भालकरी नसंन. पन म्या तोडपी हाय, न्हानपनी झाडावरनं पडलो आनि पाय दुखवला. कोनचं बी झाड सांगा. ते एका दिसात पाडून दावतो. न्हाईतर नाव सांगणार न्हाई. आनि हां...' भीमा म्हणाला, 'झाड पाडंन. पन ते पाडताना एका झाडालाबी धक्का लावनार न्हाई.'

'गड्या, तुझी येळ चुकली !' तात्याबा म्हणाला, 'जवा जासलोड गडाचं काम चालू व्हतं, तवा यायचं व्हतंस.'

'तवा बी म्या कामावर हुतो.' भीमा म्हणाला.

त्या उत्तरानं सारे चकित झाले. तात्याबा म्हणाला,

'ठीक आहे, भीमा ! परत कुठलं किल्ल्याचं काम सुरू झालं, तर जरूर तुला बोलावू.' सदरेवरच्या कारकुनाला तात्याबांनी सांगितलं,

'ह्याचं नाव लिहून ठेवा.'

बाजींच्या तोंडातला विडा रंगला होता. आपल्या गलमिश्यांवरून बोटं फिरवीत ते सारं पाहत होते. त्यांनी झोपाळ्यानजीकची पितळी पिकदाणी उचलली. त्यात पान थुंकून त्यांनी सांगितलं,

'तात्याबा ! त्याला जमेस धरा. तो आम्हांला हवा आहे.'

'तोडपी ?' तात्याबा उद्‌गारला.

'होय !' बाजी तुटकपणे सांगते झाले, 'तो आम्हांला हवा आहे. त्याचं नाव यादीत घाला.'

कारकुनानं भीमाचं नाव यादीत घातलं.

भीमानं कृतज्ञतेनं बाजींना मुजरा केला आणि लंगडत-लंगडत निवडलेल्यांच्या गर्दीत जाऊन उभा राहिला.

फुलाजी तो सारा प्रकार पाहत होते. बाजींना फुलाजी येत असलेले दिसताच ते झोपाळ्यावरून उठले. फुलाजी म्हणाले,

'बाजी, बैस ! पण असल्या लंगड्या-पांगळ्यांची फौज काय कामाची ?'

झोपाळ्यावर बसत बाजींनी सांगितलं,

'तो लंगडा असेल. पण पांगळा नाही... बघू.'

नकळत बाजींनी जमिनीला पाय लावला आणि पायाच्या बळानं झोका दिला. झोपाळा झोके घेत होता.

बाजी आपल्या विचारात रंगले होते.

❑

पावसाची चाहूल येताच मुंग्यांची रांग जशी आपली अंडी घेऊन धावताना दिसते, तशी जावळीच्या रानातून प्रतापगडाकडं माणसांची वर्दळ चालू होती. राजरस्त्यानं घोड्यांची पथकं धावत होती. असंख्य मावळे पायवाटेनं गडाकडं जात होते. प्रत्येकाजवळ कोणतं ना कोणतं शस्त्र दिसत होतं.

बाजीप्रभू आपल्या पथकासह दौडत प्रतापगडाकडं जात होते. महाबळेश्वराचा डोंगर ओलांडला आणि प्रतापगडाकडं पाहून ते चकित झाले. एखाद्या जत्रेचं स्वरूप प्रतापगडाला आलं होतं. जिकडं बघावं, तिकडं मावळे दिसत होते.

प्रतापगडाच्या पहिल्या दरवाज्याशी बाजी पायउतार झाले.

बाजी, फुलाजी, यशवंता यांचं स्वागत नेताजी पालकरांनी केलं.

बाजी नेताजींना म्हणाले,

'काका, काय बेत आहे ?'

'बेत कसला ?' नेताजी म्हणाले, 'संकट मोठं आलंय्. अफझलखानाचा तळ वाईला पडलाय्. त्यापायी राजांनी सारी शिबंदी प्रतापगडावर गोळा केलीय्.'

'अस्सं !' बाजी म्हणाले.

दोघे बोलत गडावर गेले. वाड्याकडं जाताना बाजींचं लक्ष चौफेर फिरत होतं.

गडाच्या केदारेश्वराचं दर्शन घेऊन सारे राजवाड्याकडं गेले.

राजवाड्याच्या चौकात मावळे गोळा झाले होते.

बाजी, फुलाजी वाड्यात गेले. राजे नौगाजीत बसले होते. येसाजी, तानाजी, बहिर्जी, मोरोपंत, सूर्याजी, ही मंडळी राजांच्या भोवती आदबीनं उभी होती. कान्होजी जेधे राजांच्या उजव्या बाजूला उभे होते.

बाजींच्या आधीच बांदल देशमुख राजांच्या सामोरे उभे असलेले पाहून बाजींना समाधान वाटलं. राजांचं लक्ष बाजींच्याकडं जाताच राजे म्हणाले,

'या बाजी, फुलाजी ! आम्ही तुमचीच वाट पाहत होतो. केवढी शिबंदी घेऊन आलात ?'

'सातशे !'

'ठीक !' राजांनी समाधान व्यक्त केलं.

रात्री सर्वांची पंगत बसली. सारे मानकरी, मावळे राजांच्या मांडीला मांडी लावून एका पंगतीत बसले होते. राजांच्या उपस्थितीमुळं वाढलेली भाजी-भाकर सुद्धा सर्वांना मेजवानीसारखी वाटली.

रात्री खलबतखान्यात नेताजी, बाजी, फुलाजी, तानाजी, येसाजी, बहिर्जी, मोरोपंत वगैरे मंडळी जमा झाली होती. साऱ्यांचं लक्ष शिवाजी राजांच्याकडं लागलं होतं.

'आमचे गोपिनाथपंत खानाशी बोलणी करीत आहेत. खानांनी आम्हांला वाईला बोलावलं आहे.'

'मग जाणार ?' बाजींनी विचारलं.

'कुणी सांगावं ! कदाचित जावंही लागेल.' राजे म्हणाले.

बाजींच्या चेहऱ्यावर हसू उमटलं.

'का हसलात, बाजी ?' राजांनी विचारलं.

'आपणहून वाईच्या छावणीत आपण जाल, असं वाटत नाही.' बाजींनी सांगितलं.

'खान साधा आलेला नाही. वीस हजारांची फौज आहे. शेकडो तोफा, दारूगोळा आणि अगणित संपत्ती घेऊन तो आमच्या पारिपत्यासाठी वाईत तळ देऊन बसला आहे. त्याच्यापुढं आमची ताकद कुठंच लागत नाही.'

'सलूख करावा !' मोरोपंत म्हणाले.

'सलूख ! मग आजवर येवढी धडपड केली, ती कशासाठी ? आमच्या शब्दाखातर ज्यांनी जीव वेचले, त्याला कोण जबाबदार ?' राजे निश्चयानं म्हणाले, 'नाही. खानास मारल्याविना राज्य साधणार नाही. एक त्यांनी तरी राहावं; नाहीतर आम्ही !'

'एकदम येवढ्या निकराला जाण्यापेक्षा...' जेधे म्हणाले.

त्यांना वाक्य पुरं करू न देता राजे म्हणाले,

'जेधेकाका, आपण वयानं, मानानं मोठे ! आम्ही निकराला जात नाही. गेले आहेत अफझलखान. चढे घोडियानिशी आम्हांस पकडून नेणार आहेत. ती त्यांची प्रतिज्ञा आहे.'

'वाट बघ, म्हणावं !' बाजी म्हणाले.

'वाट बघतच तो वाईला बसला आहे. बाजी, यापुढं अनेक संकटं आम्हांवर येणार आहेत. ती एकापेक्षा एक अशी वरचढ असणार. त्यांना सामोरं जायला आपलं बळ वाढवायला हवं ! खान आपल्या पावलांनी आला आहे. खानानं

आणलेल्या तोफा, हत्ती, घोडदळ, बाडबिछायत आणि संपत्ती हे सर्व मिळायला हवं. तसं झालं, तर एका रात्रीत आपले मावळचे बारा गडकोट मातब्बर बनतील. हा डाव हरून चालणार नाही.'

राजांच्या त्या विश्वासपूर्ण बोलण्यानं साऱ्यांच्या मनांत उत्साह संचारला होता.

नेताजी म्हणाले,

'आज्ञा झाली, तर खानाच्या छावणीवर चालून जाऊ.'

'मुळीच नाही. कोणत्याही उपायानं खान वाई सोडून जावळीत उतरायला हवा.'

'उतरेल ?' बाजींनी विचारलं.

'बघू !' म्हणत राजे उठले.

साऱ्यांनी राजांना मुजरे केले आणि निरोप घेतला.

□

राजांचं भाकीत खरं ठरलं. खान जावळीच्या खोऱ्यात राजांना भेटायला येणार, हे निश्चित झालं. त्या बातमीनं साऱ्यांना आनंद झाला होता. पण बाजी मात्र चिंताग्रस्त होते.

एके दिवशी धीर करून त्यांनी राजांच्यापुढं चिंता व्यक्त केली,

'राजे, खान फौज-फाटा घेऊन येणार, म्हणे !'

राजांच्या चेहऱ्यावरचं स्मित ढळलं नाही.

'बाजी, तो आपल्या सर्व ताकदीनुसार येणार आहे. त्याच्या संगती घोडदळ, हत्ती, उंट, शेकडो तोफा असणार, यात शंका नाही.'

'येवढी फौज आणण्याचा हेतू ?'

'सरळ आहे. झाला, तर तह. म्हणजे आमची कैद. ते जमलं नाही, तर लढाई. खान थोर सेनापती आहे. वाईत बसून काही होणार नाही, हे तो पुरं जाणतो. त्याला गडाखाली तळ मिळाला, तर ते त्याला हवंच आहे.'

'आणि हे माहीत असून त्याला आपण तळ दिलात ?' बाजींनी विचारलं.

राजांनी सांगितलं,

'बाजी, आम्हांला नुसते खान नको आहेत. आम्हांला त्यांचा गोट हवा आहे.'

कृष्णेच्या काठावर खानाच्या तळाची तयारी सुरू झाली. रान तोडून ती जागा साफ करण्यात आली. महाबळेश्वरच्या रडतोंडी घाटावरून खान उतरणार होता. ती

वाट झाडं-झुडपं तोडून शक्यतो सोयिस्कर केली.

खान येण्याचा दिवस जसा जवळ येत होता, तशा राजांच्या आज्ञा सुटत होत्या.

राजांनी बाजींना सांगितलं.

'बाजी ! तुम्ही, जेधे आणि नेताजी यांनी महाबळेश्वरच्या माथ्यावर राहावं. खानाचा तळ पारावर असेल. त्यावर नजर ठेवावी.'

'राजे, त्यापेक्षा आपल्या संगती...'

'नाही, बाजी ! आमची चिंता करू नका. पण एक लक्षात ठेवा. काही विपरीत घडलं, तर खानाचा एक माणूस जावळीतून बाहेर पडत नाही, याची दखल घ्या. तुम्ही, जेधे, नेताजी वडिलधारी माणसं. महाबळेश्वरच्या माथ्यावर आमच्या वतीनं तुम्ही खानाचं स्वागत करा. आमचा घात झाला, तर साऱ्यांना सावरा. मासाहेबांना धीर द्या. आम्ही रुजवलेलं स्वराज्याचं रोपटं वाढेल, इकडं लक्ष द्या.'

'राजे ऽऽ' बाजी भावनाविवश झाले.

'बाजी ! जगदंबेच्या कृपेनं आम्ही या संकटातून तरून जाऊ, यात आम्हांला संशय नाही, पण दुर्दैवानं तसं घडलं नाही, तर कचदिल होऊ नका. माणसं कर्तव्यापोटी जगतात. कार्य करीत असता मरतात. पण त्यांच्या मृत्यूनं हताश न होता, ती का जगली, कशासाठी जगली आणि मेली, याची जाणीव ठेवायला हवी.'

'जशी आज्ञा !' बाजी म्हणाले.

'बाजी, तुम्ही चिंता करू नका. पण एक लक्षात ठेवा, आम्ही विजयी होऊन गडावर येऊ तेव्हा, तोफांची इशारत केली जाईल. गनिमांपैकी जो हत्यार, फिरंग खाली ठेवून शरण येईल, त्याला मारू नका. पण जो हत्यार उगारेल, त्याची गय करू नका. कापून काढा. ही आज्ञा आम्ही सर्वांनाच दिली आहे.'

गडावरून एकेक मानकऱ्याचं दळ हालत होतं. राजांनी सांगितल्याप्रमाणे जावळीच्या रानात ती दळं पसरत होती.

बाजी आपल्या दळासह महाबळेश्वरवर आले. बाजींनी महाबळेश्वराला राजांच्या सुरक्षिततेसाठी अभिषेक केला.

जेधे, नेताजी आपल्या शिबंदीसह बाजींना मिळाले.

आता सारे वाट पाहत होते अफझलखानाची.

❑

पार दिशेच्या रोखानं वाईवरून खानाच्या व्यवस्थेसाठी बाड-बिछायत, शामियाने, तंबू, राहुट्या यांचं सामान येत होतं. काबाडीच्या बैलांवरून, उंट-हत्तींवरून ते

सामान आणलं जात होतं. रडतोंडीच्या घाटानं तो काफिला उतरत असता खानाचं दळ रडकुंडीला आलं. खानाच्या तळासाठी राखलेल्या जागेवर खानाचा खास शामियाना, सरदारांचे तंबू उभारले गेले. हत्तीखाना सजला. झुलणाऱ्या हत्तींच्या पायांतल्या साखळदंडाचा आवाज उठू लागला. घोड्यांची पागा सजली. उंटांचं ठाणं ठाणबंद झालं. खानाचे खासे सरदार मंबाजीराजे भोसले खानाच्या छावणीची उभारणी पाहत होते. अफझलखानाचा मुलगा फाझलखान सर्व व्यवस्थेवर नजर ठेवून होता. राजांनी कोणतीच कमतरता न ठेवल्यामुळं फाझलखान खुशीत होता.

छावणीची सर्व व्यवस्था होताच अफझलखान वाईहून जावळीला यायला निघाला. खान पालखीतून येत होता. हजारांच्यावर शस्त्रधारी खोजे तळपत्या तेग्यांनिशी पालखीबरोबर चालत होते.

पालखी महाबळेश्वरच्या माथ्यावर आली आणि बाजी, जेधे, नेताजी खानांना सामोरे गेले. त्यांनी खानाचं स्वागत केलं. रडतोंडीच्या घाटापर्यंत तिघांनी खानांना सोबत केली.

खानांना रडतोंडीच्या घाटावर पोहोचवून, जेव्हा ते माघारी फिरले, तेव्हा जेधे बाजींना म्हणाले,

'खान मोठा धिप्पाड आणि उग्र प्रकृतीचा दिसतो.'

'राजांनी हा धोका घ्यायला नको होता.' बाजी म्हणाले, 'त्या माणसाची नजर सरळ नाही.'

अफझलखानाच्या दर्शनानं बाजी, नेताजी, जेधे चिंतेत पडले होते.

भेटीच्या दिवशी सूर्योदय होण्यापूर्वीच महाबळेश्वरची डोंगरकडा बाजी, नेताजी, जेध्यांच्या मावळ्यांनी व्यापली होती.

बाजींनी भीमा तोडप्याला बोलावलं.

'भीमा ! कामगिरी झाली ?'

भीमा हसला.

'धनी ! सारी कामगिरी झालीया. मी आनि माझी मानसं इशारत करशीला, तवा सगळ्या वाटा बंद करून दावतो. झाडं कच्ची करून ठेवल्यात. पोरानं ढकललं, तरी झाड आडवं हुईल.'

बाजींनी सांगितलं,

'आमच्या इशारतीची वाट बघू नका. तोफेचा आवाज झाला की, साऱ्या वाटा अडल्या पाहिजेत. समजलं ?'

'व्हय, धनी !' भीमा म्हणाला आणि लंगडत तो रानाकडं जाऊ लागला.

बाजींनी शेजारी उभ्या असलेल्या फुलाजींच्याकडं पाहिलं. ते फुलाजींना म्हणाले,

'दादा ! तुम्ही विचारलं होतं, लंगड्या-पांगळ्यांची काय गरज म्हणून ! काल आम्ही साऱ्या वाटा बघून आलो. या भीमानं आणि त्याच्या साथीदारांनी बेमालूम काम केलं आहे. खानाचा एवढा फौजफाटा रडतोंडीच्या घाटानं उतरला. पण एकाला संशय आला नाही, अशी झाडं खापलून ठेवलीत. इशारत मिळताच साऱ्या वाटा पडलेल्या झाडांनी बंद केल्या जातील.'

बाजींचं लक्ष कोयनेच्या खोऱ्यात लागलं होतं.

सूर्य आकाशात चढत होता. त्या सूर्यकिरणांत गर्द रानानं वेढलेली जावळी खोऱ्यातील खानाची छावणी नजरेत येत होती.

मध्यान्हीचा सूर्य कलला आणि तो पश्चिम क्षितिजाकडं जात असता तोफेचा आवाज कोयनेच्या खोऱ्यात घुमता. साऱ्या रानातून 'हरहर महादेवऽऽ' ची गर्जना उमटली. खानाच्या छावणीवर तुटून पडलेले मावळे दिसत होते. भीतिग्रस्त झालेले खानाचे सैनिक वाट फुटेल तिकडं धावत होते. रडतोंडीच्या घाटाच्या साऱ्या वाटा बंद झाल्या होत्या. त्या वाटेनं धावत येणारे बाजींच्या मावळ्यांना तोंड देत होते. निराशेनं परतत होते.

घटकाभर आक्रोश, किंकाळ्यांनी सारा मुलूख गजबजून उठला आणि हळू हळू शांतता पसरली.

त्याच वेळी यशवंत बाजींच्या जवळ आला.

'धनीऽ, अफझलखानाचा मुलगा फाजलखान नदीकाठानं पळून जात असल्याची वर्दी आली आहे.'

'चलाऽ' बाजींनी घोड्यावर मांड टाकली. नदीकाठ गाठेपर्यंत फाजलखान खूप पुढं गेला होता. काही वेळ बाजींनी त्याचा पाठलाग केला. शेवटी फाजलखानाचा नाद सोडून राजांच्या काळजीनं बाजी परतले.

❐

बाजी खानाच्या छावणीपाशी आले. खानाच्या छावणीचं रूप पाहवत नव्हतं. खानाचा शामियाना, डेरा कनातीच्या दोऱ्या कापल्यामुळं कोसळला होता. तीच गत इतर तंबू- राहुट्यांची झाली होती. सुटलेले हत्ती ठाणबंद करण्यासाठी धावपळ चालू होती. भयभीत नजरेनं बघत असलेले शरणागत एका बाजूला बसवले होते. वाटेत ठायी ठायी पडलेले वीर दिसत होते. मावळे तळाचा कबजा घेत होते. बाजी, जेधे, नेताजी अभिमानानं छावणी बघत पुढं जात होते.

राजांचे एक मानकरी कमळोजी साळोखे बाजींना सामोरे आले. त्यांच्या चेहऱ्यावर आनंदाला सीमा नव्हती. अंगावरच्या जखमांचं भान त्यांना उरलं नव्हतं.

त्यांनी बाजींना सांगितलं,

'बाजी ! राजांनी बाजी जिंकली. खान मारला गेला.'

'ते खरं ! पण राजांची तबियत ?'

'राजे जखमी झालेत, असं ऐकतो !' कमळोजींनी सांगितलं.

'आम्ही गडावर जातो.'

साऱ्या वाटेवर युद्धाच्या खुणा दिसत होत्या. बाजी माचीवर आले आणि त्यांची पावलं अडखळली. खानासाठी उभारलेल्या राजेशाही शामियान्याभोवती खानाच्या सरदारांची, भोयांची, रक्षकांची प्रेतं विखुरली होती. राजांचे मावळे शामियान्याभोवती पहारा करीत होते. पार तळावर खानाच्या छावणीची झालेली दुर्दशा, माचीवरची खानाची वासलात पाहून बाजींच्या डोळ्यांसमोर, प्रसंग काय घडला असेल, याचं चित्र उभं राहिलं. त्यामुळं राजांच्या प्रकृतीची काळजी वाढली होती. न राहवून बाजी फुलाजींना म्हणाले,

'राजे कितपत जखमी झालेत, कोण जाणे. आपण गडावर जाऊ.'

गडाच्या दरवाज्याखाली खानाचे सापडलेले खासे सरदार, खानाची दोन मुलं अधोवदन उभी होती

बाजींना आठवत होतं— हेच सरदार, खानाची मुलं केवढ्या मिजाशीनं महाबळेश्वराचा डोंगर उतरली होती. तो नूर कुठल्या कुठं गेला होता. पराजयाची एक थप्पड सुद्धा माणसाला केवढी नमवते !

गडाच्या प्रथम दरवाज्याशी थबकलेल्या बाजींच्याकडं पाहत फुलाजी म्हणाले,

'बाजी ! चलायचं ना ?'

त्या शब्दांनी बाजी भानावर आले. भरभर पायऱ्या चढत ते म्हणाले,

'चला ऽ'

गडाचं वातावरण आनंदानं भरलं होतं. बाजी, नेताजी, जेधे गडाचं बदललेलं रूप पाहत होते. जखमी मावळे जखमांची क्षिती न बाळगता सहास्य वदनानं बाजी, नेताजींचं स्वागत करीत होते. जणू त्यांनी उत्सवाचा गुलालच अंगावर झेलला होता.

गडाच्या शेवटच्या पायरीजवळ माणकोजी दहातोंडे बाजींना भेटले. माणकोजी वयानं मोठे. राजांच्या खास विश्वासातले. बाजींनी विचारलं,

'माणकोजी, राजे कसे आहेत ?'

'सुखरूप ! जगदंबेनं लाज राखली. खानानं मारलेला घाव राजांच्या मस्तकावर पडला होता. पण आतल्या जरीबख्तरामुळं राजे बचावले. तरी सुद्धा ते बख्तर तुटून राजांच्या मस्तकावर गव्हाएवढी जखम झालीच. पण काळजीचं काही कारण नाही.'

बाजी, नेताजी, फुलाजी, जेधे गडाचं वातावरण पाहत राजवाड्याकडं जात होते. गडाला उत्साहाचं उधाण आलं होतं. घोळक्या-घोळक्यांनी उभे असलेले मावळे हसत आपल्या पराक्रमाचं वर्णन करीत होते.

राजसदरेवर सारे मानकरी गोळा झाले होते. तानाजी आवेशानं सांगत होता,

'....आनि काय ! शामियान्यातून 'दगाऽदगाऽऽ' म्हणून वरडला. जिवाचा थरकाप झाला माझ्या. तंवर राजं शामियान्याबाहीर आलेलं दिसलं. सारं अंगराखं रक्तानं भरलं व्हतं. डोईला जिरेटोप नव्हता. काय सुचंना. म्या सरळ इशारत दिली. आनि बाणकऱ्यांनी बाण सोडलं. खानाची मानसं लगोरी पडावी, तशी पटापट पडली. एकच धामधूम माचीवर उसळली. म्या बघत व्हतो ना ! खान कोथळा सावरत आपल्या पालखीकडं जात व्हता. तवर संभाजी कावजीनं भोयांचे पाय तोडले. पालखी पडली. आमी माचीवर गेलो. एकच घुमाळी झाली. बगता-बगता खानाची मानसं पडली. तवर राजं गडावर गेलं व्हतं...'

सारे भारावून ऐकत होते. बाजींची अवस्था तीच झाली होती.

-आणि त्याच वेळी वाड्यातून राजे सदरेवर आले.

बाजी डोळे भरून ते रूप पाहत राहिले.

भरजरी अंगरखा राजांनी घातला होता. अत्तराचा सुगंध दरवळत होता. डोक्याला राजपूत पगडी शोभत होती. राजांच्या चेहऱ्यावर सदैव विलसणारं स्मित तेच होतं. साऱ्यांनी राजांना मुजरे केले.

राजांना पाहताच बाजी पुढं धावले. त्यांना आपल्या भावना आवरता आल्या नाहीत. भर सदरेवर भरल्या डोळ्यांनी त्यांनी राजांना मिठीत घेतलं.

भावनाविवश झालेले बाजी गुदमरलेल्या आवाजात म्हणाले,

'राजे ! थोर पराक्रम केलात. येवढं मोठं संकट अंगावर घ्यायला नको होतं.'

'संकट केव्हाही मोठंच असतं, बाजी. ते बोलवून नव्हे, आपोआप येतं. खान आमच्यावर बळाच्या विश्वासावरच चालून आले होते.'

बाजी हसले. म्हणाले,

'बळाचा विश्वास फक्त जनावरंच बाळगतात.'

'बाजी, परमेश्वरानं माणसाला बळाबरोबरच बुद्धीही दिली आहे. जनावरांना जे अवगत नाही, ते वरदान माणसाला मिळालं आहे. काल, आज आणि उद्या याची जाणीव फक्त माणसाला मिळाली, ती त्याच्या बुद्धीमुळं. बळापेक्षा त्या बुद्धीवर अधिक विश्वास ठेवावा.'

'खानाला का बुद्धी नव्हती ? तो पूर्वीचा वाईचा सुभेदार. या मुलखाचा जाणकार. राजकारणातला तरबेज. कुटिल नीतीचा जाणता सेनापती. तो फसला कसा ?'

राजे हसले. त्यांनी सांगितलं,

'कसा फसला ! रावणाचा पराभव का झाला ? कौरवांचा दिमाख कोणता होता ? बाजी, त्याला एकच उत्तर आहे, आंधळा अहंकार !'

'अहंकार ?'

‘हो, अहंकार ! खुळी स्तुतिप्रियता ! आम्ही खानाला जाळ्यात आणण्यासाठी भित्रेपणाचं सोंग घेतलं. खान त्यानं शेफारला, लालचावला. येणाऱ्या पावसाची त्याला भीती होती. अफाट सैन्याचं पाठबळ आणि आपल्या ताकदीचा गर्व यांमुळंच त्यानं आम्हांला एकाकी भेटण्याचं ठरवलं.’

‘त्याचं बळ का साधं ! वीस हजारांचा फौज-फाटा घेऊन तो आला होता.’ फुलाजी म्हणाले.

बाजींनी सांगितलं,

‘तेवढाच फौजफाटा नव्हता.’

‘मग ?’ राजांनी विचारलं.

बाजी हसले,

‘राजे, आदिलशाहीच्या दरबारी जासलोड गड आमचा झाला, याची नोंद नाही. तो गड ते आपलाच समजतात. प्रत्येक आदिलशाही गडाला बादशहाचं फर्मान आलं आहे.’

‘कसलं फर्मान ?’

‘प्रत्येक गडावर हजाराची शिबंदी असते. त्यातली फक्त शंभर गडावर ठेवून, उरलेली खानाच्या मदतीला पाठवावी, असं ते फर्मान आहे. त्यानुसार खानाचं बळ अधिक वाढलं असणार.’

बाजी सांगत असलेल्या वार्तेनं राजांचे डोळे चमकले. त्यांच्या ओठांवर वेगळंच हास्य प्रकटलं. अधीरतेनं त्यांनी विचारलं,

‘कसलं फर्मान आलं, म्हणलात ? परत सांगा.’

‘आदिलशाहीच्या प्रत्येक गडावर हजाराची शिबंदी असते. त्यापैकी गडावर फक्त शंभर ठेवून, उरलेली शिबंदी खानाच्या मदतीला पाठवावी, असं ते फर्मान आहे. हवं, तर देशमुखांना विचारा.’

राजांनी देशमुखांकडं पाहिलं. त्यांनी होकारार्थी मान हलवली. राजांच्या मुखावरचा आनंद त्यांना लपवता आला नाही. राजांनी सांगितलं,

‘बाजी, खानाचे सरदार गडाखाली आले आहेत. त्यांना बाइज्जत मोकळे करून आम्ही येतो.’

‘राजे, आपण थोर पराक्रम केलात, पण आज आम्ही शरमिंधेपणानं आपल्या समोर उभे आहोत.’

‘ते कशासाठी ?’ राजांनी आश्चर्यानं विचारलं.

‘खान गारद झाला, तोफेचा आवाज उठला. महाबळेश्वराकडं धावत येणारी खानाची माणसं आम्ही थोपवली. पण या गर्दीत खानाचा मुलगा फाजलखान, हसन, याकूब, आणि अंकुशखान नदीकाठानं गर्द रानातून पळून गेले, त्यांना खंडोजी खोपड्यानं वाट दाखवली. आम्ही पाठलाग केला, पण रानातून त्यांना गाठणं

कठीण गेलं.'

राजांनी बाजींच्या खांद्यावर हात ठेवला.

'बाजी, तुम्ही केलंत, तेच योग्य केलंत, जरी त्यांना पकडून आमच्या समोर आणलं असतं, तरी त्यांना आम्ही सोडून दिलं असतं. आता वैर राहिलंय्, ते घरभेद्यांचं. तो खंडोजी खोपडा फार काळ आमच्या हातून सुटणार नाही. आम्ही येतो, तुम्ही सदरेवरून जाऊ नका.'

राजे गडाखाली जाण्यासाठी उतरले.

सदरेवर परत मोकळेपणानं कथा रंगू लागल्या.

❒

राजे सर्वांचा समाचार घेऊन गडावर आले, तेव्हा काळोख पडायला सुरुवात झाली होती. गडावर शेकडो टेंभे, मशाली जळत होत्या. दिवाळीचा भास होत होता.

राजे गडावर येताच त्यांनी बाजी, नेताजी, जेधे वगैरे खाशा मानकऱ्यांना गोळा केलं. राजे म्हणाले,

'आता उसंत घेऊन चालणार नाही. नव्या मोहिमेला उद्यापासून सुरुवात व्हायला हवी.'

'नवीन मोहीम !' जेधे उद्गारले, 'राजे, आपण थोडी विश्रांती...'

'आता विश्रांती नाही. बाजींनी चांगली बातमी आणलेली आहे. आदिलशाही गडावर आता फक्त शंभराचीच शिबंदी आहे. आदिलशाही आणि त्यांचे गड सावध होण्याआधीच आपली मोहीम व्हायला हवी.'

राजे भराभर आज्ञा करीत होते,

'बाजी, नेताजी, तुम्ही इथली व्यवस्था लावून आपापली कुमक घेऊन उद्या वाई गाठा.'

'वाई ?' नेताजी उद्गारले.

'वाई आपल्या कबज्यात आहे.' राजांनी सांगितलं, 'जेव्हा खानाचा वध झाला, त्या वेळी आपल्या फौजेनं तिकडं वाई ताब्यात घेतली आहे. एवढंच नव्हे, तर सुपे, इंदापूरच्या खानाच्या छावण्या पण मारल्या गेल्या आहेत. यात शंका बाळगू नका. आमची चाल सहसा फसत नसते.'

त्याच रात्री राजे जेध्यांच्यासह राजगडाकडं रवाना झाले. बाजी, फुलाजी, नेताजी यांनी प्रतापगडाची व्यवस्था लावून पहाटे वाईची वाट धरली.

❒

बाजी वाईच्या तळावर गेले. जावळीच्या खानाच्या छावणीची जी गत झालेली होती, तोच प्रकार जावळीच्या खानाच्या तळावर झाला होता. सर्वत्र उत्साहाचं वातावरण होतं. पाच-सहा हजारांची पागा राजांच्या मावळ्यांनी काबीज केली होती. राजांचे मानकरी वाघोजी तुपे जातीनिशी छावणीचा मालऐवज ताब्यात घेत होते. शरणागत आलेले आशेनं वाघोजींच्याकडं पाहत होते.

बाजींना पाहताच वाघोजी पुढं आले. त्यांनी विचारलं,

'बाजी ! या तोफा, घोडी, उंट, हत्ती पोसता येतील, पण आमच्या हल्ल्याबरोबर शरणागत झालेली ही माणसं, त्यांचं काय करू या ?'

'त्यांना सोडून द्या ! राजांची तशी आज्ञाच आहे. जे शरणागत असतील, त्यांना मानानं परत पाठवा.'

वाघोजी तुप्यांचं समाधान झालं नाही. मनातला संताप दाखवू न देता त्यांनी विचारलं,

'आनि आमची हार झाली असती; आनि आमी खानाच्या तावडीत सापडलो असतो, तर...'

'तर !' बाजी हसले. 'वाघोजी, हा काय सवाल झाला ? दुर्दैवानं तसं झालं असतं, तर राजांच्यासकट तुमची-आमची गर्दन मारली गेली असती. राजांच्यामध्ये आणि शत्रूमध्ये हाच फरक आहे. शरणागतांना सोडून द्या.'

वाघोजी तुप्यांना धन्यवाद देत शरणागत निघून गेले. जीव वाचला, हे समाधान त्यांना मोठं होतं. वाईच्या तळावर एक एक सरदार आपल्या शिबंदीनिशी गोळा होत होता. दोन प्रहरपर्यंत हजारोंच्या संख्येनं वाईची छावणी गजबजून गेली. खानाच्या कृपेमुळं दाणा-गोट्याची काही कमतरता छावणीवर नव्हती. वाईच्या परिसरातील आया-बहिणी छावणीच्या मीठ-भाकरीची काळजी वाहत होत्या. खुद्द सरनौबत नेताजी पालकर आणि बाजी प्रभू पागा, फौज यांची मोजदाद करीत होते.

राजांची सारी फौज वाईच्या तळावर हजर झाली. दहा हजाराचं घोडदळ सज्ज झालं होतं. त्याखेरीज नेताजी, बाजी यांची कुमक येऊन मिळाली होती.

राजे सायंकाळच्या वेळी वाई तळावर आपल्या फौजनिशी दाखल झाले. राजांच्या स्वागताला सारे गोळा झाले होते. राजांनी खानाच्या पराभूत छावणीची पाहणी केली. मोरोपंतांना ते म्हणाले,

'मोरोपंत, या छावणीची आणि जावळीच्या छावणीची नोंद घेऊन तुम्ही राजगडावर जा ! मासाहेब जशी आज्ञा देतील, त्याप्रमाणे सर्व करा. आम्ही मासाहेबांना सर्व सांगितलं आहे.'

राजांच्यासाठी खानाचा खास डेरा परत उभारण्यात आला होता. तो डेरा पाहताच राजे हसले. ते म्हणाले,

'बाजी, आम्हांला असलं ऐश्वर्य परवडायचं नाही. आमच्या निवासासाठी

एखादा तंबू दाखवा.'

राजांच्यासाठी तंबू उभारला गेला. राजांनी आपले मानकरी गोळा केले.

सरनौबत नेताजी पालकर म्हणाले,

'राजे, मोहीम केव्हापासून ?'

'उद्यापासून ! नेताजी, तुम्ही आपली फौज घेऊन आदिलशाहीत धुमाकूळ घाला. हुक्केरी, गोकाक, लक्ष्मेश्वर ही ठाणी लुटत विजापूरच्या रोखानं जा. कुठं शत्रू प्रबळ वाटला, तर मान-अपमान न बाळगता माघार घ्या. तोवर आम्ही बाजी-जेध्यांच्यासह आदिलशाही मुलूख जिंकत पन्हाळा गाठतो.'

साऱ्यांच्या मुखांवर एक वेगळाच उत्साह संचारला होता. तळावर हजारो मशाली उजळल्या होत्या. प्रत्येकाच्या मनात नवी ज्योत पेटली होती.

◻

शिवाजीच्या पारिपत्यासाठी आदिलशाहीनं खर्चाचा हात राखून ठेवला नव्हता. शेकडो लहान-मोठ्या तोफा, वीस हजारांची फौज, शंभर हत्ती, शेकडो उंट, दारूगोळा, बाड-बिछायत आणि अगणित संपत्ती अफझलखानाच्या हवाली केली होती.

अफझलखानाच्या पुढं शिवाजीचा पराभव अटळ होता. विजापूरची बडी बेगम शिवाजीचा पराभव ऐकण्यास उत्सुक होती. एके दिवशी अफझलखान शिवाजीस पिंजऱ्यात घालून दरबारात दाखल होईल, हे स्वप्न बडी बेगम पाहत होती. एकदा शिवाजी हाती आला की, दरबारात वर्चस्व गाजवणाऱ्या फर्जंद शहाजीराजांची मिजास उतरेल आणि शिवाजीच्या प्राणाची तो भीक मागेल, यात बेगमेला संशय नव्हता.

-आणि एके दिवशी आदिलशाहीच्या दरबारावर वीज कोसळावी, तशी बातमी आली.

आलीशान अफझलखान माहमदशाही पैगंबरवासी झाला.

शिवाजीनं खानास ठार मारलं.

फौजेचा धुव्वा उडाला.

सारी दौलत लुटली गेली.

त्या बातमीनं बड्या बेगमेचे डोळे विस्फारले गेले. तिचं भान हरपलं.

अफझलखानाला मारलं !

शिवाजीनं ?

कोठेतरी गफलत होत आहे.

मोठी गफलत होत आहे.

झूट ! ये कभी नहीं हो सकता ! कुठं अफझल आणि कुठं तो शिवाजी ! मशालीपुढं काजवा कधी टिकतो ?

काजव्यानं झेप घेतली, म्हणून मशाल कधी विझेल ?

मग अफझलचं असं कसं झालं ?

बडी बेगम भानावर आली. तिचे डोळे विस्फारले होते. आपल्या बुरख्याची जाणीव तिला राहिली नव्हती. तिला परत सारं आठवलं आणि कानांवर हात ठेवत ती किंचाळली,

'नहीं ऽऽ नहीं ऽऽ कभी नहीं ऽऽ ऐसा हो ही न सकता ऽऽ' बडी बेगमनं आज्ञा दिली, 'निकल जाव मेरे सामनेसे ऽ झूटे कहीं के ऽऽ'

बडी बेगम हुंदके देत दरबारातून उठली.

सारा दरबार चिकाच्या पडद्याआडून उठणारा तो चीत्कार ऐकत होता.

झोकांड्या देत बडी बेगम आपल्या अंतर्गृहात गेली आणि तिनं पलंगावर धाडकन् अंग टाकलं. बड्या बेगमेचं दु:ख तिच्या नावाप्रमाणेच मोठं होतं.

साऱ्या विजापूर शहरावर शोककळा पसरली. नगारखान्याची नौबत बंद झाली. दरबार बंद झाला. बड्या बेगमेनं अन्नपाणी वर्ज्य केलं. आणि शाही तख्तावर चादर पांघरली गेली. साऱ्या शहरभर सुतकी वातावरण पसरलं. घरोघरी बिब्या आणि बेगमा यांचा धाय मोकलून आक्रोश उसळला.

बातमीपाठोपाठ त्या बातमीचं सत्य स्वरूप दाखविण्यासाठीच की काय, अफझलखानाचा मुलगा फाझलखान अंगावरच्या वस्त्रानिशी विजापूरच्या दरबारात हजर झाला.

त्या बातमीनं चिंताग्रस्त झालेली बेगम विचार करीत असतानाच तिसऱ्या दिवशी नवी बातमी येऊन थबकली. शिवाजीचा सरनौबत नेताजी पालकर यानं लक्ष्मेश्वरापर्यंतची लुटालूट केली होती.

पाठोपाठ बातमी आली, शिवाजी अठरा दिवसांत एकवीस गड घेऊन पन्हाळ्यापर्यंत पोहोचला होता. विजापूरवर तो धाड घालणार, यात शंका उरली नव्हती.

त्या बातमीनं बड्या बेगमेचा धीर सुटला. तिनं तातडीनं रुस्तुम-ए-जमान आणि फाजलखान यांना दहा हजार फौज देऊन शिवाजीवर सोडलं. त्यांच्या संगती मलिक इतबार, फत्तेखान, घोरपडे, सर्जेराव घाटगे वगैरे सरदार होते.

त्यांना निरोप देताना हताश झालेली बडी बेगम म्हणाली,

'कुछ भी हो ! पण तो काफर शिवाजी विजापूरपर्यंत येत नाही, येवढी काळजी घ्या.'

विजापूरहून रुस्तुम-ए-जमान आणि फाजलखान फौज-फाटा घेऊन बाहेर

पडले. पण बड्या बेगमेला त्यांचा विश्वास राहिला नव्हता.

❒

शिवाजीराजांनी कोल्हापूर जिंकलं होतं. सायंकाळच्या वेळी अंबाबाईचं दर्शन घेऊन ते आपल्या छावणीत परतले होते. राजांच्या पालीसमोर शेकोट्या पेटल्या होत्या. बाजी, फुलाजी, आबाजीप्रभू यांच्यासह नेताजी, तानाजी, बहिर्जी ही मंडळी राजांच्या भोवती गोळा झाली होती. अठरा दिवसांच्या मोहिमेचा ताण कुणाच्याही मुखावर नव्हता. आलेल्या विजयानं सारे आनंदित होते.

राजांची नजर बाजींच्याकडं वळली,

'बाजी ! आता पन्हाळगड तुमचा ! तो आपल्या हाती आला, तर आदिलशाहीची एक कड आपल्या हाती संपूर्ण येईल. उद्या आपण पन्हाळगडावर चालून जाऊ.'

अठरा दिवसांत राजांना पडलेला ताण बाजींच्या ध्यानी येत होता. ते म्हणाले,

'राजे, आज्ञा झाली, तर....'

राजे हसले. ते म्हणाले,

'ठीक आहे. तुम्ही पन्हाळ्याला वेढा घाला. शक्य तो सामोपचारानं गड हाती येतो, का पाहा. ते जमलं नाही, तर आततायी प्रकार न करता आम्हांला वर्दी द्या. आपण गड काबीज करू. तुमचा निरोप येईपर्यंत आम्ही कोल्हापूरची आणि छावणीची व्यवस्था लावून घेऊ.'

'जशी आज्ञा !' बाजी आनंदानं म्हणाले.

'तुम्हांला हवा, तो फौजफाटा घेऊन तुम्ही जा.'

राजांचा निरोप घेऊन बाजी गेले.

बहिर्जीच्या मुखावरची चिंतेची रेघ बघून राजांनी विचारलं,

'काय, बहिर्जी ! मनात काय आहे ?'

'काय न्हाय, जी !' बहिर्जी म्हणाला, 'पन पन्हाळा येवढा साधा गड न्हाई. लई मजूबत हाय.'

'बहिर्जी ! गड मजबूत असून चालत नाही. माणसाचं मन मजबूत असायला हवं. खानाच्या मृत्यूची बातमी पुढं पळत होती आणि आम्ही त्यामागून धावत होतो. कमी बळ आणि खचलेली मनं यांमुळं आम्हांला विजय साधता आला. बाजी नुसते वीर नाहीत. ते बांदलांचे प्रधान होते. जिथं शौर्य आणि बुद्धिमत्ता वास करते, तिथं विजयच प्राप्त होतो.'

बहिर्जी काही बोलला नाही. राजे आपल्या तंबूत विश्रांतीसाठी गेले.

हवेतला गारवा वाढत होता. राजांच्या तंबूसमोरची शेकोटी प्रज्वलित केली जात होती. वाढत्या रात्रीबरोबर छावणीची वर्दळ मंदावत होती. राजांची छावणी विसावली होती.

❑

पन्हाळगडच्या वाड्यात आदिलशाहीचे सरदार सय्यदखान हुक्क्याचा आनंद घेत बसले होते. सय्यदखान बड्या बेगमेचे दूरचे नातेवाईक होते. मानाजी नाईक जरी गडाचे किल्लेदार होते, तरी सारी सत्ता सय्यदखानाचीच होती.

बैठकीवर बसलेला सय्यदखान आपल्या मिजाशीत हुक्क्याचा आस्वाद घेत होता. सदरेखाली राणबा, जोतीबा, हसन, हुसेन उभे होते.

सदरेवर मौलवी करामतखाँ आपल्या पांढऱ्याशुभ्र दाढीवरून हात फिरवीत होते. ते सारी वार्ता सय्यदखान सांगत होते.

हुक्क्याची नळी बाजूला सारून सय्यदखानानं नाकातून धूर सोडला. बेफिकिरीनं तो म्हणाला,

'ठीक है ! ठीक है ! अफझलखानसाहेब गारद झाले, म्हणून काय झालं ? त्या पापाचा नतीजा भोगावाच लागेल. आदिलशाही कितनी बडी ! और ये सिवाजी एक मच्छर !'

'हां, हुजूर !' करामतखाँनं दुजोरा दिला.

'अभी हम आराम करना चाहते हैं ! आपको इजाजत.'

साऱ्यांनी सय्यदखानाला मुजरे केले आणि ते वाड्याबाहेर गेले.

अधीर झालेल्या सय्यदनं हाक मारली,

'रसूल ऽ ऽ'

रसूल आत आला. त्याच्या मुजऱ्याचा स्वीकार करून सय्यदनं विचारलं, 'बंदोबस्त झाला ?'

'हुजूर ऽऽ.... हुजूरऽऽ'

'हुजूर.... हुजूर क्या ?' सय्यदनं विचारलं.

'बात जरा नाजूक आहे.' रसूल म्हणाला, 'ती पोर यायला तयार नाही.'

'ये हिम्मत ! आजवर असं कधी झालं नाही. आम्ही बोलावलं आणि कोणी नाही म्हटलं, असं घडलं नाही.'

'खाविंद ! गुस्ताखी माफ हो ! पण ती गडकऱ्याची मुलगी आहे.'

'तो क्या हुआ ? रसूल, एक लक्षात ठेव. जे फूल आमच्या नजरेत भरतं, ते हुंगल्याखेरीज आम्ही राहत नाही.'

'लेकिन, हुजूरऽऽ' रसूल काही बोलण्याचा प्रयत्न करीत असतानाच वर्दी न

देता खुद्द मानाजी नाईक प्रवेश करते झाले. सय्यदखानाला मुजरा करून ते म्हणाले,

'खानसाहेब ! शिवाजी आला !'

'शिवाजी !' सय्यदखानाच्या ओठांतली हुक्क्याची नळी केव्हा पडली, हेही त्याच्या ध्यानी आलं नाही. धडपडत उठत त्यानं विचारलं, 'कुठं आहे तो शिवाजी ?'

'गडाखाली !' मानाजी नाईक सांगत होते. 'गडाच्या सर्व वाटा त्यांनी रोखल्या आहेत.'

'हरामखोरऽ' सय्यदखानाचा संताप उफाळला. तरातरा पावलं टाकीत तो मानाजी नाईकासमोर गेला आणि काय होतं, हे लक्षात यायच्या आत त्यानं मानाजीच्या गालावर थप्पड लगावली.

सय्यद गर्जला,

'इतना, नजीक गनीम आया ! झोपा काढता काय !'

सय्यदखान आपल्या वाड्याबाहेर पडला. चार दरवाजा तटावरून त्यानं पाहिलं. तसाच तो तीन दरवाज्याकडं गेला. तिथून त्याला काय दिसणार, याची शंका मागून धावणाऱ्या माणसांना येत होती. तीन दरवाज्यापाशी उभा असलेल्या पहारेकऱ्यांवर तो ओरडला,

'हरामजादे ! तो शिवा आला आणि दरवाजे उघडे ठेवता ! बंद करो दरवाजे !'

नशेनं चढलेले आणि हुक्क्यानं पेटलेले खानाचे बटबटीत डोळे अधिक भेसूर वाटत होते. आपली आरक्त नजर मानाजी नाइकांवर स्थिर करीत सय्यदखानानं दुसरा हुकूम सोडला,

'हमको सय्यदखान कहते हैं ! ओ शिवाजीकी ऐसी तैसी ! हम डरते नहीं ! तोप सजाओ ! ऐसा भडिमार करेंगे, जिन्दगीभर याद रखेंगे !'

'जी !' मानाजी नाईक म्हणाले.

सेनापतीच्या आविर्भावात सय्यद वाड्याकडं परतत होता. वाड्यासमोर त्यानं आपली शिबंदी गोळा केली. अवघी शंभर-सव्वाशे माणसं वाड्याच्या बाहेरच्या चौकात एका कोपऱ्यात उभी होती.

संध्याकाळ होत आली होती. त्या वेळी एक जासूद धावत आला. त्यानं सांगितलं,

'हुजूर !'

'क्या है ?'

'शिवाजीचा हेजीब पांढरं निशाण घेऊन गड चढत येतो आहे.'

सय्यद आनंदानं बेहोश होऊन म्हणाला,

'मानाजी, देखा ? ये है हमारी हिंमत ! तुमचा तो शिवाजी डरके मारे अपना हेजीब भेज रहा है ! आने दो उनको !'

मानाजी नाईक उसनं हास्य तोंडावर घेऊन उभे होते. सय्यदच्या आज्ञेनं आलेल्या हेजिबाचं स्वागत करायला मानाजी चार दरवाज्याशी गेले.

चार दरवाज्याशी तटावर सारे गोळा झाले होते.

गडाच्या दरवाज्याशी आबाजी प्रभू आपल्या चार शिलेदारांसह उभे होते, मानाजी तटावरून खाली उतरले. दिंडी दरवाजा उघडला गेला. मानाजी बाहेर गेले.

आबाजी प्रभू दरवाज्याशी उभे होते. मानाजींना पाहताच आबाजींनी विचारलं,

'आपण कोण ?'

'मी ! नाही.... आम्ही मानाजी नाईक ! गडाचे किल्लेदार.'

'मी आबाजी प्रभू ! बाजी देशपांडे यांच्या वतीनं हेजीब म्हणून आलो आहे.'

'आपण आत यावं.' मानाजी नाईक म्हणाले.

दिंडी दरवाज्यानं आबाजी प्रभूंनी आत प्रवेश केला. दिंडी दरवाजा बंद झाला. आबाजींसह सारे वाड्यात आले. दाराशी आबाजी थबकले. त्यांनी विचारलं,

'मानाजी, आपण गडाचे किल्लेदार ना ? मग इथं कुठं घेऊन आला ?'

'आबाजी ! मी किल्लेदार हाय खरा. पन सत्ता बादशाहीची. आमचे सय्यदखान सांगतील, तसं वागायचं.'

अंबरखान्यानजीक असलेल्या वाड्याजवळ सय्यदखान राजांच्या हेजिबाची वाट पाहत होता.

मानाजी नाइकाच्या समवेत आबाजी प्रभू वाड्याच्या सदरेवर प्रवेश करते झाले.

सय्यदखानानं आपली बैठक सजवली होती.

मानाजी नाइकांनी ओळख करून देताच, सय्यदखान हुक्क्याचा आस्वाद घेत गुरगुरला,

'हेजीब हो, इस वास्ते बाइज्जत आये हो ! शिवाजीनं आमच्या गडाला वेढा घातला आहे. आम्ही आमची बेइज्जत समझते हैं !'

आबाजी प्रभूच्या चेहऱ्यावर हसू उमटलं होतं. आपल्या नरमाईच्या स्वरात ते म्हणाले,

'खानसाहेब, आम्ही गडाच्या वाटा रोखल्या आहेत. पाच हजारांची फौज खाली आहे. आमच्या शेकडो तोफा खाली आल्या आहेत. अंदाज आणि निर्णय तुमच्या हाती आहे.'

सय्यदखानाच्या हाताची हुक्क्याची नळी सुटून खाली पडली. तो गरजला,

'आमच्यावर दबाव आणता ?'

'दबाव नाही, खानसाहेब !'

'तो क्या ! आमच्या गडावर तोफा नाहीत ? आम्ही त्या कारीगर करू.'

आबाजी हसला. तो म्हणाला,

'राजांचे सरदार बाजींनी आपल्याला एक निरोप पाठविला आहे.'

'क्या ?'

'तुमच्या गडावरून एक जरी तोफ उडाली, तर त्यानंतरचा नतीजा तुम्हांला भोगावा लागेल.'

'मतलब ?'

'स्पष्ट सांगावं लागतं. तशी आगळीक घडली, तर या गडावर एकही माणूस जिवंत राहणार नाही. बायका-मुलांसकट.' आबाजींनी सांगितलं.

सय्यदखानाचं शरीर त्या वार्तेनं थरथरत होतं.... अपमान आणि संताप त्याच्या अंगात उफाळत होता. काय करावं, हे त्याला सुचत नव्हतं.

मनातून हताश झालेला सय्यदखान शेवटी म्हणाला,

'ठीक है ! तहाच्या वाटाघाटीसाठी आम्ही तयार आहोत.'

'खानसाहेब !' आबाजीनं सांगितलं, 'तहाच्या वाटाघाटीसाठी आपण जरूर गडाखाली बाजीप्रभू देशपांडेंच्या भेटीला या. तिथं वाटाघाटी पूर्ण होतील.'

सय्यदखानाच्या भेटीनंतर आबाजी प्रभू मशालीच्या उजेडात गडाखाली उतरले.

❐

सय्यदखानाची सारी मिजास उतरली होती.

दुसरे दिवशी त्यानं मानाजी नाइकांना बोलावलं. आपली उसनी ऐट दाखवत सय्यदखानानं सांगितलं,

'मानाजी, काल शिवाजीचा हेजीब आला होता. त्यानं तहासाठी अर्ज केला आहे.'

'आनंदाची गोष्ट आहे, खानसाहेब ! गडाची शिबंदी अपुरी आहे. अशा वेळी लढा देणं....'

'म्हणूनच आम्ही तहाला तयार झालो.' सय्यदखान म्हणाला, 'मानाजी, तुम्ही तहासाठी जा.'

'त्यापेक्षा आपणच गेलात, तर...' मानाजी चाचरले.

सय्यदखानाचे डोळे फिरले. बसल्या जागी त्याचं अंग शहारलं.

'कौन ! हम ? कभी नहीं !' खान म्हणाला, 'तो खतरनाक शिवाजी, अफजलखानांना असंच बोलावलं होतं. पण दगा करून त्यानं अफझलखानाचं पोट फाडलं. नहीं ! हम नहीं जायेंगे ! तुम जाओ ! जो सुलह करनी है, करो !'

मानाजींनी मान तुकवली, आणि दुसऱ्या दिवशी सकाळी आपल्या सहकाऱ्यांसह मानाजी गड उतरले.

गडाखाली बाजीप्रभू वाट बघत होते. आबाजी प्रभूंच्या संगती लोक उतरत असल्याची खबर बाजींना मिळाली होती.

गडाच्या पायथ्याशी एक पाल उभारली होती. त्या पालीत बाजी, फुलाजी बसले होते. आबाजी प्रभूच्या मागून चालणारा मानाजी नाईक आजूबाजूला पाहत मराठ्यांची ताकद अजमावत जात होता.

बाजींनी मानाजी नाईकांचं स्वागत केले. बाजी म्हणाले,

'मानाजीराव, तुमचा गड नामी आहे.'

'असा बुलंद गड या भागात दुसरा गावायचा न्हाई.'

'अगदी खरं ! एवढ्या सुंदर गडाला खिंडारं पडावीत, असं वाटत नाही.'

'काय म्हणालात ?' मानाजींनी टाळा वासला.

'काही नाही ! आम्ही म्हणालो, असल्या सुंदर गडाची नासधूस होऊ नये.' बाजी शांतपणे म्हणाले.

'आम्ही तहासाठी आलोय्.' मानाजी म्हणाले, 'तुमच्या अटी पटल्या, तर होय म्हनू.'

'अट ! साधी आहे !' बाजी म्हणाले, 'बिनशर्त शरणागती.'

'याला काय सलूख म्हणतात ?' मानाजींनी विचारलं.

'मुळीच नाही.' बाजी म्हणाले, 'आम्ही चारी वाटा रोखल्या आहेत. येवढ्या माणसांनी आम्ही गड लढवत नाही. इशारत देताच शिवाजीराजे आपल्या फौजफाट्यासह इथं येतील. दहा हजारांचं पायदळ आहे.'

मानाजी नाईकाचे डोळे फिरले होते. उसनं अवसान आणून तो म्हणाला,

'आणि आमी हे मानलं नाही, तर !'

'तर....' बाजी हसले. आपल्या मिशीवरून पालथी मूठ फिरवीत म्हणाले, 'आमचं कुलदैवत विंझाई. त्या देवीची आण घेऊन सांगतो, तुमच्या गडावर एक पोरही जिवंत राहणार नाही. आबाजींच्याकडून आम्ही हा निरोप सांगितला होता.'

मानाजीनं आवंढा गिळला. तो म्हणाला,

'जरा बाजूला येता ?'

बाजी, मानाजी पालीबाहेर आले. मानाजी म्हणाले,

'गडावर आदिलशाहीचे सरदार सय्यदखान हाईत. ते आनि तेंचा कबिला तुमी गडाबाहीर सोडला, तर गड ताब्यात देतो. कसं ?'

बाजींच्या मनात त्या उद्गारांनी किळस निर्माण झाली.

हे आदिलशाहीचे राखणदार !

त्यांची ही निष्ठा !

बाजींनी सांगितलं,

'मानाजीराव, तुम्ही हे सांगण्याची गरज नव्हती. जे शरणागत असतात,

त्यांची कधी कत्तल आम्ही करीत नाही. आम्ही त्यांना मानानं जाऊ देतो.'

मानाजीच्या मनावरचं ओझं उतरलं होतं. तहासाठी गडाखाली जाताना सय्यदखानानं हीच अट सांगितली होती.

निरोपाचा विडा देऊन मानाजी नाईक गडावर गेले. त्यांनी सारी हकीकत सय्यदखानाला सांगितली; आणि वाड्यात एकच धावपळ सुरू झाली. काबाडीचे बैल, उंट, वाड्यासमोर हजर झाले. सय्यदखानाच्या जनान्यासाठी अनेक मेणे उभे राहिले. सारा सरंजाम गोळा करून सय्यदखान गडाखाली उतरला.

त्याला निरोप देऊन बाजी गडावर आले.

चार दरवाज्यावर भगवा ध्वज फडकू लागला.

राजांना बातमी सांगण्यासाठी कोल्हापूरच्या रोखानं स्वार रवाना झाले.

पन्हाळा स्वराज्यात सामील झाला.

❐

गड कबज्यात येताच गडाच्या दरवाज्यांना चौकी-पहारे बसवले गेले. पहाटेपासून सय्यदखानानं मोकळा केलेला वाडा झाडलोट करून राजांच्या स्वागतासाठी सज्ज झाला. गडाच्या पूर्वेच्या तुटलेल्या कड्यावर दुमजली सदर-इ-महाल उभा होता. त्या महालातली बैठक सजली. बाजीप्रभू आपल्या नजरेखाली तो महाल सजवत असता मानाजी नाइक धावत आले. भर थंडीचे दिवस असूनही मानाजीचा चेहरा घामानं डवरला होता. सारं अंग थरथरत होतं. बाजींना पाहताच त्यांना रडू आवरेना. ते ओरडले,

'बाजी, घातऽ झाला !'

'काय झालं ?' हुंदके देणाऱ्या मानाजींना बाजींनी विचारलं, 'मानाजी, रडू आवरा आणि काय झालं, ते सांगा.'

मानाजींनी डोळ्यांतले अश्रू निपटले. त्यांनी सांगितलं,

'त्या हरामखोरानं माझी पोर, तुळसा पळवली.'

'म्हणजे ?'

'तो पाजी सय्यदखानऽऽ'

'पण हे केव्हा कळलं ?'

'आत्ताच ! धुणं धुवायला सोमेश्वराच्या तळ्यावर पोर गेली व्हती. माघारी आली न्हाई. तपास केला, तवा खानाच्या कबिल्यातनं तिला नेली, असं समजलं.'

'आणि ते पाहत तुमची माणसं स्वस्थ बसली ? काय इमान ? मानाजी, आणि तसल्या माणसांची चाकरी तुम्ही करीत होता ?'

'त्यांचं पाप त्यांच्यासंगं, असं आमी म्हनत व्हतो.'

'गप्प बसा ! या गडावरच्या पोरीबाळी तो बाटवत होता, तेव्हा तुम्हांला त्याची लाज वाटली नाही ?'

'माझी पोरऽऽ'

'चिंता करू नका. त्या सय्यदखानाला ही लूट परवडणार नाही.' बाजींनी आबाजी प्रभूंना बोलावून घेतलं. त्यांना सांगितलं,

'आबाजी ! त्या सय्यदखानाला मुसक्या बांधून गडावर हजर करा.'

आबाजी पन्नास स्वार घेऊन सय्यदच्या पाठलागावर रवाना झाले.

सूर्य माथ्यावर येण्याआधी राजे गडावर येत असल्याची वर्दी आली. बाजी, फुलाजी राजांच्या स्वागतासाठी चार दरवाज्यावर हजर झाले ! चार दरवाज्याशी राजे पायउतार झाले. प्रेमभरानं बाजींच्या पाठीवर हात ठेवत राजे म्हणाले,

'बाजी, तुमची करामत समजली ! सामोपचारानं गड घेतलात. बरं झालं.'

बाजींच्यासह राजे जात असता, गोल घुमटीची तीन मजली इमारत राजांच्या नजरेत भरली. त्या इमारतीकडं बोट दाखवत राजांनी विचारलं,

'बाजी, ही इमारत...?'

'राजे ! ह्या इमारतीला कलावंतिणींचा सज्जा म्हणतात. आदिलशाहीचा पहिला व दुसरा इब्राहिम आदिलशहा यांच्या कारकीर्दीत त्यांचे मनोरंजन करणाऱ्या तीस नायकिणींचं वास्तव्य इथं असे. दुसऱ्या मजल्यावर त्यांचं नाच-गाणं चाले.'

'तरी नशीब ! तिसरा मजला रिकामा ठेवला, ते !' राजे म्हणाले, 'बाजी, असल्या शौकापायीच साम्राज्यं कोसळतात.'

राजे क्षणभर स्वत:शीच हरवले. ते बोलत होते,

'कैक वेळा आम्हांला कळेनासं होतं. या भोगसंपन्नांचे बादशहा आणि आमचे धर्मभोगते राजे यांत फरक काय ? ते देवगिरीचे राजे, त्यांनी उभारलेले धर्ममंडप आणि विजयनगरची देवालयं, त्यांतली कथा-कीर्तनं आणि या उपभोगासाठी बांधलेल्या हवेली—यांत अंतर काय ? कैक वेळेला विचारांची गल्लत होते.'

बाजी म्हणाले,

'राजे, एक धर्मकार्य आणि दुसरा उपभोग ऽऽ'

'उपभोग ! त्याचाच अर्थ तृप्ती ! जाऊ दे, बाजी. यात वैचारिक गोंधळ खूप आहे. याचा उलगडा करणं इतकं सोपं नाही.'

जगदंबेचं दर्शन घेऊन राजे वाड्यात आले.

दोनप्रहरी राजे गड पाहायला बाजींच्याबरोबर बाहेर पडले. तीनशे बुरूजांनी कडेकोट झालेला तो गड पाहून राजे प्रसन्न झाले. प्रत्येक बुरूज तोफांनी सज्ज होता. गडाची गंगा, जमुना ही धान्याची कोठारं भरलेली होती. राजे गडाची पाहणी करून माघारी आले. सायंकाळची वेळ झाली होती. वाड्यासमोर शिबंदीची गर्दी दिसत होती. चिंतायुक्त मनानं राजांनी वाड्यात प्रवेश केला. आत प्रवेश करताच राजांनी

बाजींना विचारलं,

'बाजी, काय प्रकार आहे, पाहा.'

राजे सदरेवर आले तेव्हा, त्यांच्यासमोर मुसक्या बांधलेला सय्यदखान आणि त्याच्या मागं तुळसा अधोवदन उभी होती. मानाजीराव नाईक खाली मान घालून एका कोपऱ्यात उभे होते. ते दृश्य पाहून राजे चकित झाले. आबाजी प्रभूंना त्यांनी विचारलं,

'हा काय प्रकार आहे ?'

'महाराज !' आबाजी म्हणाला, 'गडाचे गडकरी मानाजी नाईक यांची मुलगी तुळसा, तिला या सय्यदखानानं गड सोडताना आपल्या कबिल्यातून बळजबरीनं पळवून नेली.'

'हे या मानाजीरावांना फार उशिरा कळलं.' बाजी म्हणाले, 'आम्ही गडाचा ताबा घेतला आणि हे मानाजीराव धावत आले. आबाजीसंगती शिलेदार देऊन या सय्यदचा पाठलाग करवला.'

'चांगलं केलंत !' राजे म्हणाले, 'पण हे सय्यदखान कोण ?'

'आदिलशाहीचे सरदार ! गडाचे मानकरी.' बाजींनी सांगितलं, 'आपल्या आज्ञेप्रमाणे यांना आपल्या कबिल्यासह बाइज्जत सोडलं होतं. पण....'

'समजलं !' राजे म्हणाले. त्यांचा चेहरा उग्र बनला होता. त्यांची जळजळीत नजर सय्यदखानावर खिळली. राजांनी आज्ञा दिली,

'बाजी ! सय्यदखानाला कुठल्यातरी दक्षिणेच्या बुरुजावरून तोफेच्या तोंडी द्या.'

'रहेम ! राजे, रहेमऽऽ' सय्यदखान ओरडला.

'रहेम ! आणि तुम्हांला ?' राजे बोलले, 'नाही, सय्यदखान. ते होणे नाही ! होणार नाही ! तुम्ही मुसलमान, म्हणून आम्ही ही शिक्षा देत नाही. तुम्ही शत्रुगोटातले म्हणूनही सूड उगवला जात नाही. पण... पण आमच्या राज्यात असल्या बदअम्मलला जागा नाही. रांझ्याच्या पाटलानं असाच बदअम्मल केला होता. आम्ही त्याचे हातपाय तोडले.'

राजे हशमांना म्हणाले,

'घेऊन जा त्या सय्यदखानाला. शिक्षेची अम्मलबजावणी तातडीनं करा.'

जेरबंद केलेला सय्यदखान मुसमुसून रडत होता. हशमांनी त्याला बाहेर नेलं. राजांची नजर उभ्या असलेल्या तुळसाकडं गेली. ते म्हणाले,

'मुली, रडू नको. नशिबानं वेळीच संकट टळलं ! मानाजी तुमची मुलगी तुम्हांला मिळाली. ही परमेश्वर-कृपा आहे.'

'क्षमा असावी, राजे !' मानाजी म्हणाले, 'त्या सय्यदला शिक्षा मिळाली. मला सगळं मिळालं. पणऽ'

'पण काय ?' राजांनी विचारलं.

'आमची तुळसा, आमची ऱ्हायली न्हाई.' डोळ्यांत पाणी आणून मानाजी म्हणाले.

'काय म्हणालात ?' राजांनी विचारलं.

'एकदा तिला पळवून नेली. ती बाटली, का न्हाई, ते आमास्नी ठावं न्हाई. या म्होरं ती आमास मेली आणि तिला आमी मेलो.'

'मानाजी ! त्या पोरीचा काय कसूरऽऽ'

'न्हाई, राजे ! त्याम्होरं तिची वाट वेगळी; आमची वाट वेगळी. तिला आमच्या घरात जागा न्हाई.'

मानाजीच्या बोलण्यानं राजे थक्क झाले. नकळत ते उद्गारले,

'मग त्या सय्यदखानाला कशाला पकडायला लावलंत ?'

'आबरूसाठी, राजे ऽऽ' मानाजी म्हणाले.

'छान !' हताशपणे राजे उद्गारले. त्यांचं लक्ष अश्रू ढाळत उभ्या असलेल्या तुळसाकडं गेलं. राजे किंचित भावनाविवश झाले. ते म्हणाले,

'मुली ! तुझा काही अपराध नाही. तुझ्या आई-बापानं तुला टाकलं, तरी आम्ही टाकणार नाही. यापुढं आमची जशी सखू, राजकुंवर, तशी तूऽऽ'

तुळसानं आपले डोळे निपटले. तिनं मान वर केली. त्या नजरेत कोरडेपणा होता. भकास नजरेनं राजांच्याकडे पाहत ती म्हणाली,

'राजं ! तेवढं थोरपन माझं न्हाई. बाबानं सांगितलं, ते खरं हाय. त्यांची वाट येगळी; माजी येगळी. मी माझ्या वाटंनं जाईन.'

तुळसा काय बोलते, याचा अर्थ समजायच्या आत तुळसा वाड्याबाहेर धावत सुटली. राजे ओरडले,

'अरे, तिला थांबवा !'

राजे सदरेच्या पायऱ्या उतरले. वाड्याबाहेर पडले. आबाजी धावत सुटला. सायंकाळीची सावली गडावर उतरत असता एक किंकाळी वातावरणात घुमली.

तुळसानं कड्यावरून उडी घेतली होती !

राजांनी आपल्या दोन्ही कानांवर हात गच्च दाबून धरले. पण उठलेला आवाज कानांत घुमतच राहिला. राजांच्या डोळ्यांतून दोन अश्रू नकळत खाली ठिबकले. राजे माघारी वळले.

मानाजी नाईकाकडं नजर वळताच राजांचं शरीर संतापानं पेटून उठलं. आपला संताप आवरत ते म्हणाले,

'मानाजी ! एकंदरीत तुम्ही अब्रूनिशी बचावलात. आता तुळसाची काळजी राहिली नाही.'

मानाजी नाईक अश्रू ढाळत उभे होते. ते पाहून राजांना आपला संताप आवरता आला नाही,

'मानाजी, नाव बाळगलंत, पण ते तुम्हांला पेलता आलं नाही. आता रडता कशाला ? ती तुम्हांला मेली होती ना ? बाजी, ज्यांना आपल्या बायका-मुलींची जबाबदारी पेलता येत नाही, त्यांना आमचं अभय नाही. मानाजी नाईकांना शंभर मोहरा देऊन त्यांच्या कुटुंबासह त्यांची गडाखाली रवानगी करा.'

मानाजी नाईकाचे अश्रू डोळ्यांतच आटले. तो म्हणाला,

'राजे ! मी जाणार कुठं ?'

'फार दूरवर नाही ! आदिलशाहीचा मुलूख जवळच आहे. त्या मुलखात जा. मान विसरा. लाचारी करा. कुठंही तुम्हांला जागा सापडेल.'

'हा अन्याय हाय, राजेऽऽ'

'न्याय, अन्याय आम्हांला शिकवता ?' राजे गर्जले, 'मानाजी ! पोर पळवून नेली, तरी तलवार घेऊन का धावला नाहीत ? तुम्हांला कुणी अडवलं होतं ? तुमची मुलगी पळवून नेली जाते आणि आबाजी तिला सोडवून आणतात, याची लाज वाटायला हवी होती. लाचार ऽऽ निर्लज्ज ऽऽ ! घेऊन जा त्यांना माझ्या समोरून !'

—आणि त्याच वेळी गडावरून तोफेचा आवाज घुमला.

उद्विग्न झालेले राजे सदरेवरून निघून गेले.

बाजी, फुलाजी आपल्या निवासाकडं आले. त्या वेळी यशवंता येताना दिसला.

'काय, यशवंतराव !' बाजींनी विचारलं.

'त्या सय्यदखानाला तोफेच्या तोंडी दिला.' यशवंत म्हणाला.

'आम्ही तोफेचा आवाज ऐकला.'

बाजी, फुलाजी घरात गेले. आपलं पागोटं उतरत फुलाजी म्हणाले,

'तू काही म्हण, बाजी ! राजांची हिकमत दांडगी.'

'भाऊ !' बाजी गुदमरलेल्या आवाजात म्हणाले, 'राजांचं हे रूप बघितलं की, जीव ओवाळून टाकावा, असं वाटतं ! केवढं लहान वय, पण समज केवढी मोठी !'

'ते साधं पोर नाही, बाजी !' फुलाजी म्हणाले, 'तो अवतारी आहे. साक्षात भवानीमाता त्याला प्रसन्न आहे, वयाची सोळा ओलांडली नाही, त्या ज्ञानदेवानं ज्ञानेश्वरी लिहिलीच ना !'

'खरं आहे !' बाजी म्हणाले, 'राजांची जाण फार मोठी ! कणवही तेवढीच. नाहीतर अफझलखानाची लढाई राजांनी जिंकली नसती. अठरा दिवसांत प्रतापगडापासून

पन्हाळ्यापर्यंतचे एकवीस गड जिंकणं एवढं सोपं नव्हतं. काळ, वेळ आणि स्थळ यांचं भान बाळगणारा या राजाइतका कोणी नसेल !'

'नसायला काय झालं ?' फुलाजी म्हणाले, 'नरसिंहाचा अवतार दुसरा कसला होता ? नारायण असूनही, हिरण्यकशिपूच्या वधासाठी ना पशू, ना मानव, असं रूप त्याला घ्यावं लागलं. त्याला प्रकटावं लागलं, ना दिवस ना रात्र अशा सांजवेळी. ना घरात, ना बाहेर, अशा उंबरठ्यावर घेऊन त्याला हिरण्यकशिपूचा वध करावा लागला. कैक वेळा वाटतं, आपले राजे नरसिंहाचा अवतार आहेत.'

बाजी ते बोलणं ऐकत होते. राजांच्या रूपात हरवले होते.

❐

राजांच्या करमणुकीसाठी गंगा-जमुनाच्या सामोरा बैलांची टक्कर ठेवली होती. गंगा जमुना या दोन भव्य कोठारघरांच्या समोरचं मैदान माणसांनी तुडुंब भरलं होतं. गडाचा बैल भैरू आणि गडाखालच्या वाडीच्या पाटलांचा बैल लक्ष्मण यांची झुंज ठरवली होती. बाजींनी मोहरांचं बक्षीस जाहीर केलं होतं.

दोनप्रहर टळत असता राजे मैदानावर आले. तुताऱ्या झडल्या. राजे बाजींना म्हणाले,

'बाजी, असले शौक आम्हांला नाहीत. कुणाची तरी झुंज लावावी आणि करमणुकीसाठी आम्ही ती पाहावी, हा आमचा स्वभाव नाही. मग ती माणसं असोत वा जनावरं असोत. तुमच्या आग्रहास्तव आम्ही इथं आलो.'

'क्षमा असावी, राजे !' बाजी म्हणाले, 'हा शौक आम्हांलाही नाही. पण थकलेला फौजफाटा आहे. त्यांचं मन रिझवायला हवं, म्हणून...'

'ठीक आहे. टकरा सुरू करा.'

शिंगाची इशारत झाली. लहान-मोठ्या बैलांच्या टकरी सुरू झाल्या; आणि शेवटी पैजेची जोडी अवतरली.

गडाचा बैल भैरू माशा रंगाचा होता. वाडीच्या पाटलाचा बैल कोवळ्या शिंगांचा, खिलारी जातीचा, पांढरा शुभ्र होता. दोन्ही बैल मैदानात सोडले होते. बैलांच्या नाकपुड्यांतून वाफा निघत होत्या. उभ्या जागी दोन्ही बैल माती कोरत होते. दोघांच्या शेपट्या उभारल्या होत्या. दोन्ही बैलांचे डोळे रक्ताळले होते. कोणीतरी ओरडलं,

'भले ऽऽ'

—आणि दोन कातळ एकमेकावर कोसळावेत, तशी दोन बैलांची टक्कर सुरू झाली. झुंज रंगणार, अशी साऱ्यांची आशा होती. पण दुसऱ्या क्षणी गडाचा बैल भैरूनं शेपूट टाकली आणि दिसेल त्या वाटेनं तो पळत सुटला. ती झुंज पाहून राजांच्या चेहऱ्यावर हासू होतं. पहिल्या धडकीतच मैदान संपलं, याचं दुःखं प्रेक्षकांना होतं.

बाजी म्हणाले,

'राजे ! झुंज फार लौकर संपली.'

राजांनी विचारलं,

'गडाचा भैरू कधी हरला होता का ?'

'गेल्या वर्सी अशीच झुंज लागली होती.' शेजारी उभा असलेला रामजी मेटकरी म्हणाला, 'तवा मायरानीचा बैल आला व्हता ! भैरूनं लई केलं. पन त्यो ताकदीनं भारी....'

'समजलं !' राजे म्हणाले, 'बाजी, ज्याची झुंजेत छाती फुटते, तो परत कधी उभा राहील ? बाजी, मैदान सुरेख उभा केलंत. थकल्या जीवांना दिलासा दिलात. छान झालं.'

राजे आपल्या वाड्याकडं गेले. बाजींनी जिंकलेल्या बैलकऱ्याला बक्षीस दिलं. दंगल बघतेल्या माणसांची पांगापांग झाली. बाजी परतत असता त्यांच्या मनात एकच वाक्य रेंगाळत होतं—

'बाजी ! ज्याची झुंजेत छाती फुटते, तो परत कधी उभा राहील ?'

❏

राजांच्या पन्हाळगडावरील वास्तव्यानं सारी शिबंदी आनंदात होती. राजांनी गडाचे तीनशे बुरूज आणि त्यांच्या तोफा निरखल्या. सोमेश्वराच्या देवळी सोमवारी जाऊन अभिषेक केला आणि एके दिवशी गडावर बातमी दौडत आली—

विजापूरहून अफझलखानाचा मुलगा फाजलखान आणि रुस्तुमजमा नव्या फौजेसह राजांच्यावर चाल करून येत आहेत.

साऱ्यांच्या चेहऱ्यांवर चिंता प्रकटली. पण राजांच्या चेहऱ्यावरचं स्मित ढळलं नव्हतं. साऱ्यांच्यावरून नजर फिरवून राजांनी विचारलं,

'का ? चिंता वाटते ?'

'चिंता नाही. पण एवढ्या लवकर ते येतील, असं वाटलं नव्हतं.' नेताजी म्हणाले.

'लवकर ? आमच्या मते त्यांना उशीरच झाला आहे ! आपल्या वडिलांचा सूड उगवण्यासाठी फाजलखान येतो आहे आणि त्याच्या संगती रुस्तुमजमा पण आहे.'

बाजी हसले. म्हणाले,

'राजे ! फाजलखान येताहेत. बिचारे ! महाबळेश्वराच्या डोंगरातून पळून जात असताना अंगात रुतलेले करवंदीचे काटे अजून निघाले नसतील.'

'सूडानं पेटलेल्या माणसाला जखमांचं भान नसतं. अशा शत्रूचं फारसं भयही बाळगण्याचं कारण नसतं.'

'कारण ?' फुलाजींनी विचारलं.

'कारण एकच ! सूडानं पेटलेल्या माणसाच्या ठायी नुसता संताप उतरलेला असतो. विवेक हरवला असतो. नागानं फणा काढली की, त्यांची गती थांबते.'

'पण हा रुस्तुमजमा कोण ?' हिरोजी इंगळ्यांनी विचारलं.

'आदिलशाही सुभेदार. रायबाग, कोल्हापूर, राजापूर, कारवार हा त्याचा मुलूख, त्याची फौज याच भागात आहे. पण त्याचं आमचं वैर नाही. त्याचा-आमचा स्नेह फार जुना आहे.'

पन्हाळगडचे नवे किल्लेदार त्र्यंबक भास्कर यांनी विश्वासानं सांगितलं,

'राजे ! गडाची भीती नाही. गडकोट भक्कम आहे. गड भांडवायचा ठरवला, तर...'

'नाही, त्र्यंबकजी ! या वेळी आम्ही फाजलखानांची भेट मैदानावर घेऊ.'

'मैदान ?' गोदाजी जगताप नकळत बोलून गेले.

गोदाजींच्यावर नजर रोखत राजांनी विचारलं,

'का ? भीती वाटते ?'

गोदाजी आवेशानं एक पाऊल पुढं झाले.

'राजे, भीती नाही. आनंद झाला. मैदानावर दोन हात करायची खुमखुमी ऱ्हायलेय्.'

राजे कधी नाही ते मनमोकळेपणाने हसले.

'ती हौस भागणार, असं दिसतं. हे संकट आम्हांला फारसं मोठं नाही.'

गोदाजी जगताप, वाघोजी तुपे, हिरोजी इंगळे, भीमाजी वाघ, सिदोजी पवार, महाडिक, जाधव, पांढरे, खराटे, सिद्दी हिलाल, नेताजी पालकर या मंडळींना फार काळ गोंधळात टाकावं, असं राजांना वाटलं नाही—

'आता फाजलखान येत आहे.' राजे सांगत होते, 'विजापूरकरांच्या जवळ फारसा फौजफाटा नाही. त्यांची बरीचशी फौज आज आदिलशाहीत घुसलेल्या आमच्या फौजेबरोबर लढा देत आहे. रुस्तुमेजमाची फौज फाजलला मदत करील, असा आमचा अंदाज आहे. आम्ही कुठल्या तरी गडाचा आश्रय घेऊ, असा फाजलचा अंदाज आहे. आम्ही कुठल्या तरी गडाचा आश्रय घेऊ, असा फाजलचा अंदाज असणार. तो समज मोडला, की फाजल निम्मा मोडेल,' राजे शांतपणे म्हणाले, 'नेताजी, तुम्ही आमच्या संगती राहा. आपली आदिलशाहीत जी फौज घुसली आहे, त्यांना आमच्यावर चालून येणाऱ्या फाजलखानाला सतावून सोडायला सांगा.'

'पण त्या फाजलखानाला गाठायचं कुठं ?'

'कोल्हापूर. ती करवीरनिवासिनी जगदंबा आम्हांला यश देईल. तिचा आशीर्वाद आम्हांला लाभला आहे.'

राजे गडाखाली आपला फौजफाटा गोळा करीत होते. बाजी प्रभू आणि गडकरी त्र्यंबक भास्कर यांनी जातीनं पन्हाळ्यावर लक्ष ठेवलं होतं. गडाचा गंजीखाना त्यांनी भरून घेतला. अंबरखाने त्यांनी भरून घेतले. गडकोटाच्या, साऱ्या बुरुजांच्या तोफा सज्ज ठेवल्या. पहारे जारी केले.

रुस्तुमेजमा आणि फाजलखान यांच्या वाटचालीची बातमी राजांना कळत होती. रुस्तुमेजमानं जशी मिरज ओलांडली, तसे राजे पन्हाळगडावरून उतरायचा बेत करीत होत. राजांचे खासे सेनापती नेताजी पालकर, हिरोजी इंगळे, भीमाजी वाघ, सिदोजी पवार, गोदाजी जगताप व महाडिक हे आपल्या फौज-फाट्यासह केव्हाच करवीरी दाखल झाले होते. नुकतेच सामील झालेले जाधव, पांढरे, खराटे व सिद्दी हिलाल राजांच्या समवेत गडावर होते.

राजे साऱ्यांना त्यांच्या कामगिऱ्या समजावून देत होते. पण बाजी, फुलाजींना त्यांनी काही आज्ञा केली नव्हती. बाजींना राहवलं नाही. त्यांनी विचारलं,

'राजे ! आमची कामगिरी ?'

'फार मोठी !' राजांनी सांगितलं, 'तुम्ही गड राखा.'

'बस्स ?' बाजी नाराजीनं म्हणाले.

'बाजी ! बोलून चालून लढाई ! कदाचित माघारही घ्यावी लागेल. कोणी सांगावं ! तसं घडलंच, तर पन्हाळ्याखेरीज दुसरा आश्रय कोणता ? ते आश्रयस्थान तुम्ही जपायचं. कुणीतरी तर राखायलाच हवं. तरच मुलूखगिरी साधते ना !'

'जी !' बाजींनी समाधानानं मान डोलावली.

'बाजी ! आम्ही तुमच्या यशवंतरावांना संगती नेणार. चालेल ना ?'

सदरेच्या खांबाशी उभ्या असलेल्या यशवंतच्या अंगावर मूठभर मांस चढलं. साऱ्यांच्या नजरा आपल्यावर खिळल्या आहेत, हे ध्यानी येताच त्यानं मान खाली केली आणि नकळत राजांचं वास्तव्य विसरून सदरेवर एकच हसणं उसळलं.

हे हसणं विरत असता आबाजी प्रभू आणि बहिर्जी सदरेवर आले. त्यांनी राजांना मुजरा केला. बाजींच्याकडं पाहत राजे म्हणाले,

'हे आमचे प्रभू वेताळ ! येतात ते संकटाची वार्ता घेऊन ! पण यांच्या आशीर्वादानं आमची संकटं आम्हांला पेलता येतात.'

सारे हसले. राजांचं लक्ष दोघांवर खिळलं होतं. त्यांनी विचारलं,

'बोला ! काय खबर ?'

'राजे !' बहिर्जी म्हणाले, 'फाजलखान आणि रुस्तुमेजमा यांनी मिरज ओलांडली आहे. पन्हाळ्याच्या दिशेनं ते येत आहेत.'

'छान !' राजे म्हणाले. 'आम्ही जरूर त्यांच्या स्वागताला जाऊ. आम्ही उद्या कोल्हापूरला डेरेदाखल होत आहो.'

सकाळच्या वेळी नगाऱ्याचा आवाज गडावर घुमत असता राजांचं अश्वदळ कोल्हापूरच्या वाटेनं दौडू लागले.

लढाईच्या वार्ता दररोज गडावर येत होत्या.

आणि एके दिवशी भर दुपारी सुभानराव दौडत गडावर आले. गडाच्या चार दरवाज्याशी ते पाय-उतार झाले. दिंडी दरवाज्यातून आत येताच ते म्हणाले,

'नौबत वाजवायला सांगा. राजांनी जिंकलं.'

चार दरवाज्याचे रखवालदार सुभानरावांभोवती जमा झाले होते. त्यांतला एकजण धावत नगारखान्यावर गेला आणि नौबतीचा आवाज गडावर घुमू लागला.

बाजी, फुलाजी भोजन आटोपून नुकतेच विसावले होते. त्याच वेळी त्यांच्या कानांवर नौबतीचा आवाज आला. लगबगीनं आपल्या पगड्या घेऊन ते घराबाहेर पडले. दोघांच्याही मनांत राजांचे शब्द घुमत होते...

'बाजी ! बोलून चालून लढाई ! कदाचित माघारही घ्यावी लागेल... तसं घडलं, तर पन्हाळ्याखेरीज आश्रय कोणता...'

बाजी, फुलाजी धावत गडाच्या दरवाज्याकडं निघाले होते. समोरून येणाऱ्या सुभानराव जाधवांवर त्यांचं लक्ष गेलं. सुभानराव जवळ येताच अधीरतेनं बाजींनी विचारलं,

'काय झालं ?'

'फत्ते !' सुभानराव म्हणाले, 'म्हणून नौबत वाजवायला सांगितली.'

'चांगलं केलंत !' म्हणत आनंदभरित झालेल्या — बाजींनी जगदंबेच्या मंदिराकडं पाहून हात जोडले.

सुभानराव जाधवांना घेऊन सारे सदरेकडं आले. सुभानराव सांगत होते,

'जशी फत्ते झाली, तसे राजे म्हणाले, सुभाना, टाकोटाक पन्हाळा गाठ आनि बाजींना सांग आमी जिंकलं, म्हनून. ते काळजीत असतील.'

'असं राजे म्हणाले ?' बाजींच्या डोळ्यांत आनंदाश्रू तरळले. ते फुलाजींकडं वळून बोलले, 'दादा, याला म्हणतात राजा ! यशाच्या वेळी मागची आठवण सरत नाही. सांगा, सुभानराव, कशी लढाई झाली ?'

'खेळण्यातली बरी ! काय नव्हंच ते ! कोल्हापूरच्या म्होरं आमची गाठ पडली, बगा. राजांनी नेताजींस्नी सांगितलं, तुम्ही फाजलखान बघा. आम्ही रुस्तुम बघतो. ह्यो धुरळा उडाला ! वाट सुदरंना फाजलखानाला, सारं पळत सुटलं. पयल्या धडकीत लढाई सोपली. राजांनी पाठ सोडली न्हाई. रानात हाका घालतो, तवा जनावरं पळत्यात, का न्हाई, तशी दाणादाण उडाली. फाजलखान आनि रुस्तुम जिवानीशी सुटलं, हे त्यांचं नशीब ! राजांना बारा हत्ती आनि दोन हजार घोडी मिळाली.'

साऱ्यांच्या चेहऱ्यांवर आनंद ओसंडत होता.

बाजींनी गडावर साखर वाटण्याची आज्ञा दिली आणि ते म्हणाले,

'राजांचा अंदाज कधी चुकायचा नाही. ते म्हणाले होते, एकदा ज्याची झुंजेत छाती फुटते, तो परत उभा राहत नाही. झुंजारराव ! राजे केव्हा येणार ?'

'ते सांगायचं इसरलोच की ! राजे उद्या सकाळी गडावर दाखल होतील.'

राजांच्या स्वागताची तयारी करण्यात गड गुंतून गेला.

❑

'तो आप भागकर आये !'

चिकाच्या पडद्याआतून संतप्त आवाज दरबारात उमटला.

आदिलशाहीचा खडा दरबार भरला होता. रुजाम्याच्या गालिच्यांनी दरबारची जमीन आच्छादली होती. मोतीलगांनी आणि नामांकित रत्नांनी तख्ताचा चांदवा भरलेला होता. भारी वस्त्रांनी तख्ताची बैठक सजली होती. कोवळ्या वयाचा बादशहा त्यावर बसला होता. धूपाचा सुगंध सर्वत्र दरवळत होता. तख्ताच्या उजव्या बाजूला चिकाचा पडदा सोडला होता. त्याकडं नजर वळवण्याचीही कुणाला हिंमत नव्हती. दरबारचे खासे सरदार हात बांधून आदबीनं उभे होते. शिवाजीकडून पराभूत होऊन फाजलखान आणि रुस्तुमेजमा अधोवदन उभे होते. बडी बेगम त्यांची हजेरी घेत होती. भर दरबारी बेगमच्या शिव्याशापाच्या बरसातीनं दोघेही जर्जर झाले होते.

चिकाच्या पडद्याआड संतप्त् झालेली बडी बेगम त्या दोघांना खाऊ, की गिळू, या नजरेनं पाहत होती. तिचा आवाज उमटला,

'फाजलखान, रुस्तुमेजमा...'

'जी, बडी बेगमसाहेबा ऽऽ' फाजलखान थरथरत म्हणाला.

'हम पूछते हैं. तो आप भागकर आये !' बेगमेनं विचारलं.

'अर्ज आहे. आम्ही खूप शिकस्तऽऽ'

'शिकस्त ! कसली ? पळून येण्याची ? फौजेची बरबादी केलीत. त्याऐवजी त्या मैदानात मेला का नाहीत ?' बेगमेनं वजिरांना सवाल केला, 'फर्जंद शहाजीराजे अजून दरबारी हजर का झाले नाहीत ?'

वजिरानं मान झुकवली. त्यानं सांगितलं,

'बेगमसाहेबा, फर्जंद शहाजीराजे दरबारात येत आहेत.'

साऱ्यांच्या नजरा दरबारच्या प्रवेशद्वाराशी खिळल्या. शहाजीराजांनी मस्तकी राजपूत पगडी परिधान केली होती. पगडीवरचा रत्नखचित शिरपेच झगमगत होता. निळाभोर, जरीकलाबूत केलेला रेशमी अंगरखा आणि पायी चुणीदार सुरवार हा त्यांचा वेष होता. रुंद कपाळावर शिवगंध रेखाटलं होतं. दरबार निरखीत, दमदार पावलं टाकीत ते दरबारात येत होते. चिंतेचा लवलेशही त्यांच्या मुखावर दिसत नव्हता.

तख्ताधीश बादशहाला शहाजीराजांनी त्रिवार मुजरा केला. नंतर त्यांची दृष्टी चिकाच्या पडद्याकडं वळली. शहाजी राजांनी परत मुजरे केले आणि ते हात बांधून उभे राहिले.

'फर्जंद शहाजी राजे ! आम्ही तुम्हांला का फर्मावलं, माहीत आहे ?'

'जी, नहीं !' शहाजीराजे म्हणाले.

'तुमच्या त्या शिवानं आमच्या खिलाफ बगावत केली. अफझलखान माहमदशाहीची दगा करून कत्तल केली. आज या घडीला तो आमचा मुलूख लुटतो आहे.'

'यात माझा कसूर ?'

'कसूर एकच ! तो तुमचा मुलगा आहे. त्याची जबाबदारी तुमची आहे.'

'आमची ?'

'हो, तुमची ! दरबारला शक आहे.'

'कसला ?'

'दरबारला शक आहे, तुमची त्या मक्कार शिवाला दिलचस्पी आहे.'

'असं कोण म्हणतं ?' शहाजी राजांचा करडा सवाल दरबारात उमटला.

'सारा दरबार म्हणतो !' चिकाच्या पडद्याआडून तेवढाच खंबीर आवाज आला.

'बेअदबीची माफी असावी, बेगमसाहेबा.' शहाजीराजे साऱ्या दरबारावरून नजर फिरवीत म्हणाले. 'दरबार म्हणजे हेच ना ? हे फाजलखान ! बाप मेला, तर त्याची लाश कुठं पडली, याची चौकशी न करता पळून आले. तो वीर अफझल, त्यानं आपल्या इमानापायी आपली जान कुर्बान केली. पण हे बाजारी भटीये जीव संभाळून पळत आले. बेगमसाहेबा, माझा सवाल आहे, शिवाजीशी लढत देत असता यातला एकही कारीगर का झाला नाही ?'

शहाजी राजांच्या भाषणानं उफाळलेल्या फाजलखानानं आपल्या तलवारीच्या मुठीवर हात ठेवला.

त्याच्याकडं एक तुच्छतेचा दृष्टिक्षेप टाकून शहाजीराजे म्हणाले,

'फाजलखान, त्या मुठीवरचा हात काढा ! हा पराक्रम जावळीत दाखवला असता, तर बरं झालं असतं.'

'फर्जंद !' बेगमेचा आवाज उमटला.

'जी, बेगमसाहेबाऽ'

'जुबाँपर पाबंदी रखखो, राजे ! आमच्या दरबाराचा शक घेण्याआधी तुमच्या इमानाची साक्ष आम्हांला हवी.'

'साक्ष ! आमच्या इमानाची !! आपण विचारता.' शहाजी राजांना संताप आवरत नव्हता, 'बेसावध असता अफझलखानांनी आम्हांला, आमचा काही कसूर

नसता पकडलं. या विजापुरातून आमची धिंड काढली. आम्हांला भिंतीत चिणून मारण्याची धमकी दिली. त्या वेळी आमची आबरू राखायला दरबार आला होता ? आमचा थोरला मुलगा याच अफझलखानांनी कनकगिरीच्या लढाईत संगती नेला आणि त्याचा वध झाला, म्हणून मी कधी दरबारी तक्रार केली होती ? बेगमसाहेबा, विजापूरपासून तंजावरपावेतो आपली दौलत मी वाढवली. हुकमत आणि वसूल यांत कधी अंतर पडू दिलं नाही. माफ करा, बेगमसाहेबा ! नजर वर करून बोलतो. आम्ही एवढं सहन करूनही कधी इमान सोडलं नाही. मनात आणलं असतं, तर तेव्हाच आमच्या मुलखात आम्ही गेलो असतो. दिल्लीच्या सेवेला रुजू झालो असतो. आपला शक नेहमी आमच्यावर राहिला, पण आम्ही कधी गद्दारी केली नाही. केली असलीच, तर ती तुमच्या रुस्तुमेजमाननं !'

भर दरबारी शहाजीराजांचं ते धिटाईचं बोलणं ऐकून सारे अवाक् होते. रुस्तुमेजमान बेभान होऊन ओरडला,

'हम् ये बरदाश्त नहीं करेंगे ! कभी नहीं !'

'खामोश !' शहाजीराजे बोलले, 'कुणाला सांगता हे ? शिवाजी आणि तुमची दिलचस्पी दरबारला माहीत नाही, असं का वाटतं ? शाही दौलतीवर ऐशआराम करण्याची तुमची आदत ! तुम्ही प्राणपणानं लढाल कशाला ?'

बडी बेगमेला तो साराच प्रकार अकल्पित होता. शहाजीराजे दरबारी असे उफाळतील, असं कधी तिला वाटलं नव्हतं. ती म्हणाली,

'फर्जंद शहाजीराजे, आम्ही आपला संताप समजतो. आम्ही बेचैन आहोत.'

'ही आपली कृपा आहे, बेगमसाहेबा ! त्याबद्दल आम्ही आपले शुक्रगुजार आहो. गेल्या कैक वर्षांत मी त्या मुलाचं तोंडही पाहिलं नाही. त्यानं आमची बारा मावळची जहागीर बळकावली आहे. माझा त्याच्याशी काही रिश्ता राहिला नाही.'

'मग आपणच ही मोहीम का घेत नाही ?' रुस्तुमेजम्यानं उसन्या अवसानानं विचारलं.

'जरूर ! माझा मुलगा झाला, म्हणून मी मागे सरेन, असं वाटतं काय ?'

'फर्जंद ! आपण शिवाजीवर चालून जाल ?' बेगमेनं विचारलं.

'आपली आज्ञा आम्ही कधी डावलली नाही. आम्ही जरूर जाऊ. पण आपले हे सरदार आणि त्यांची निष्ठा यांमुळं जर दुर्दैवानं पराभव पत्करावा लागला, तर आपणच मला दोषी धराल. म्हणाल, मुलाच्या प्रेमापोटी हा फर्जंद शहाजी गद्दार ठरला. आपण हुक्म केलात, तर मी बेंगरूळला जाऊन माझी फौज घेऊन केव्हाही शिवाजीवर चालून जाईन.'

बेगमेनं वजिराकडं पाहिलं आणि ती म्हणाली,

'दरबार संपला आहे.'

अवघडून बसलेला बादशहा उठला. साऱ्यांचे मुजरे झडले. अल्काबांचे

आवाज उठले. बादशहा, बेगम दरबारातून निघून गेली.

बादशहाचा दरबार मोकळा पडला होता.

त्या रात्री दिवाण-इ-खास मध्ये बडी बेगमा बसली होती. फाजलखान, रुस्तुमेजमा, सादतखान आणि वजीर येवढेच होते.

'आणि फर्जंद शहाजीला शिवाजीवर पाठवला, तर ?' बेगमेनं विचारलं.

'काट्यानं काटा काढल्यासारखा होईल.' फाजलखान म्हणाला.

'अर्ज आहे, बेगमसाहेबा !' रुस्तुमेजमा म्हणाला.

'बोला, इजाजत.'

किती केलं तरी, रुस्तुमेजम्याचे वडील आणि शहाजीराजे यांचा स्नेह होता. तोच स्नेह शिवाजी आणि रुस्तुमेजम्यामध्ये टिकला होता. बाप-लेकांनी एकमेकांसमोर वैरी म्हणून उभं राहावं, हे रुस्तुमेजम्याला पटत नव्हतं. तो म्हणाला,

'बेगमसाहेबा, मला वाटतं, हे करू नये !'

'का ?' बेगमेनं विचारलं.

'आज शिवाजीनं पन्हाळगडपर्यंतचा मुलूख काबीज केला आहे. या क्षणी तो मिरजेला वेढा घालून बसला आहे. आपल्या मुलखात त्याच्या फौजा शिरल्या आहेत. अशा वेळी शहाजीराजे आपली फौज घेऊन गेले आणि ते शिवाजीला मिळाले, तर ?'

बडी बेगमा विचारात पडली. वैतागून ती म्हणाली,

'मग तो शिवा विजापुरात यायची वाट बघायची ?'

वजीर उस्मानखाँ मान तुकवून म्हणाला,

'शाही तख्ताला शरणागत आलेले सिद्दी जौहर विजापूरला दाखल झालेले आहेत.'

बडी बेगमेची काळजी दूर झाली. ती आनंदानं म्हणाली,

'उद्या दरबार भरवा. भर दरबारी आम्ही सिद्दी जौहरला या शिवाजीवर नामजाद करू.'

आदिलशाही दरबारातून सन्मानित झालेला सिद्दी जौहर राजमहालाच्या पायऱ्यांवर उभा होता. त्याच्या चेहऱ्यावर समाधान विलसत होतं. दरबारी मिळालेला शिरपाव त्यानं मस्तकावर धारण केला होता. सन्मानित खिलत पाठीवरून जमिनीवर रुळत होती. बडी बेगमेनं सिद्दी जौहरला शिवाजीवर नामजाद केलं होतं. 'सलाबतखान' हा किताब दिला होता. हवी तेवढी फौज, खजिना आणि सरदार घेण्याची त्याला मुभा होती. त्या सन्मानानं भारावलेला सिद्दी महालाच्या पायऱ्या उतरला आणि आपल्या अश्वदळासह छावणीकडं जाऊ लागला.

त्याच रात्री शहाजीराजांच्या वाड्यातून, खलिता घेतलेले दोन घोडेस्वार मिरजेच्या रोखानं रवाना झाले.

❐

सूर्य वर आला, तरी पन्हाळगडावर विरळ धुकं रेंगाळत होतं. थंडीच्या सुरुवातीच्या दिवसांतली थंडी जाणवत होती. बाजीप्रभू आणि किल्लेदार त्र्यंबक भास्कर भवानीचं दर्शन घेऊन देवळाबाहेर पडत असता समोरून येणाऱ्या यशवंताकडं त्यांचं लक्ष गेलं. राजांनी मिरजेला वेढा दिला होता. राजांच्या संगती यशवंत गेला असता, तो एकटाच परत आलेला पाहून बाजी विचारात पडले.

यशवंतनं मांड-चोळणा घातला होता. पायी जाडजूड वहाण होती. कमरेला तलवार आणि पाठीला कासवाची ढाल लटकली होती. त्याच्या हातात उंचापुरा भाला होता.

बाजींच्या जवळ येताच यशवंतानं डाव्या हाती भाला तोलून बाजींना मुजरा केला.

यशवंताच्या चेहऱ्यावरचं हास्य पाहून बाजींची अर्धी चिंता दूर झाली.

'चला, यशवंतराव.' बाजी म्हणाले.

तिघे मिळून सदरेवर आले. बाजींनी विचारलं,

'राजे कोल्हापूरला आले ?'

'जी, माहीत नाही.'

'मग अजून मिरजेचा वेढा चालू आहे ?'

'ठाऊक नाही.'

'ठाऊक नाही ?' बाजींच्या कपाळावर आठ्या पडल्या, 'अरे, पण तू राजांच्याबरोबर होतास ना ?'

'जी !' यशवंत लाजला.

'मग तू आलास कुठून ?'

'भोरला गेलो व्हतो, जी !'

'भोर !'

'व्हय ! राजांनी सांगितलं. पाडव्याचा सण आला; घरला जाऊन ये.'

बाजी समाधान पावले,

'तरीच अंगावर मांस चढलंय्. गुणाजीराव, सखू - सारे बरे आहेत ना ?'

'व्हय, जी ! राजं कुठं हाईत ?'

'मिरजेला वेढा दिला आहे. त्यात राजे अजून गुंतले आहेत. पण, यशवंता, राजांनी तुला सणासाठी पाठवलं होतं ना ?'

'जी !'

'मग सण करायच्या आधीच आलास ? अजून पाडव्याला तर चार दिवस आहेत.'

'खरं सांगू ?' यशवंत म्हणाला, 'गमंना झालं, राजं डोळ्यांसमोरून हालंनात.'

'तेच, बाबा, तेच ! चांगलं गुंतवलंय् या राजानं. बघ ना ! आम्हीसुद्धा सणावारी घरदार सोडून गडावर राहिलो.'

इकडं तिकडं पाहत यशवंतानं विचारलं,

'आनि थोरलं मालक ?'

'दादांची समजूत काढून त्यांना गावी पाठवलं. अरे, घरचे देवधर्म कोणी पाहायला नकोत ? मोहनगडावर गेला होतास ?'

'जी ! येताना गेलो व्हतो. गड नामी सजलाय्. साऱ्या बुरुजांवर तोफा चढल्यात.'

बाजींना ते ऐकून समाधान वाटलं.

पन्हाळगडावर येणाऱ्या पाडव्याची तयारी सुरू झाली. सोमेश्वराचं देऊळ पांढऱ्याखड चुन्यानं रंगवलं गेलं. गडाच्या साऱ्या तळ्यांची साफसफाई झाली. गडाचं प्रत्येक घरटं सारवलं गेलं. गडावरची उत्साही मुलं हलगीच्या तालावर लेझिम खेळत होती. गडाचं वातावरण प्रसन्न बनलं होतं.

पाडवा दोन दिवसांवर आला आणि राजे गडावर येत असल्याची आनंदाची बातमी थडकली. अंबरखान्यानजीकचा राजांचा वाडा बाजींच्या देखरेखीखाली सजवला गेला, सदर-इ-महाल राजांच्या स्वागतासाठी सज्ज झाला. पाडव्याच्या पहाटेपासून गडावरच्या बुरुजांवर भगवे झेंडे फडकू लागले. घराघरांवर गुढ्या-तोरणं चढली. सणासुदीचे कपडे घालून सारे राजांची प्रतीक्षा करीत होते.

एक स्वार दौडत गडावर आला आणि राजे गडावर येत असल्याची वर्दी त्यानं दिली. बाजीप्रभू, गंगाधरपंत. किल्लेदार त्र्यंबक भास्कर, यशवंत ही मंडळी चार दरवाज्याकडं धावली. दरवाज्याशी जाताच बाजींनी आज्ञा दिली,

'दरवाजा उघडा.'

दरवाज्याचे आडणे ओढले गेले. साखळ्या काढल्या आणि गडाचा भव्य खिळेबंद दरवाजा करकरत उघडला. राजांचं पथक येताना दिसत होतं. पथक वळणावर दिसेनासं झालं, तरी टापांचा आवाज कानांवर येत होता. राजे येणार हे समजताच सारे दरवाज्याशी गोळा झाले होते. लेझिमीची तरुण मंडळी आपल्या लेझिमी खळखळत आली.

राजे दरवाज्यापाशी आले. ते पायउतार होताच बाजींनी पुढं जाऊन मुजरा

केला. साऱ्यांच्या मुजऱ्यांचा स्वीकार करून राजे म्हणाले,

'करवीर जगदंबेचं दर्शन घेऊन यायला थोडा उशीर झाला.'

राजांनी दरवाज्यात पाऊल टाकलं आणि नगारखान्याचा नगारा वाजू लागला. शिंगाचे आवाज उठले. पाच सुवासिनींनी राजांना ओवाळलं आणि करडीच्या तालावर लेझिमींचा नाद खळखळू लागला.

राजे बाजींना म्हणाले,

'बाजी, आम्ही विजयी होऊन आलो नाही. ही लेझिम कशाला ?'

बाजी म्हणाले,

'गुढी पाडव्याच्या दिवशी राजा गडावर आला. त्यापेक्षा मोठा सण कोणता ?'

'ठीक ! तुमची इच्छा ! चला.'

राजांचं लक्ष यशवंतकडं गेलं. त्यांनी त्याला जवळ बोलावलं. त्याच्या खांद्यावर हात ठेवून चालत असता राजांनी विचारलं,

'केव्हा आलास ?'

'दोन दीस झालं.'

'घरचे ठीक आहेत ना ?'

'जी !'

'आणि आमची सखू ?'

'आपली आठवण काढीत व्हती.' नकळत यशवंत बोलून गेला; आणि क्षणात आपली चूक लक्षात येऊन तो लाजला.

राजे हसले,

'यशवंत ! पोरीनं आठवण काढायची नाही, तर कुणी ? आम्हांलाही तिची आठवण येते.'

राजे वाजत-गाजत सर्वांच्यासह सोमेश्वराच्या देवळापाशी आले. राजांनी बाजींच्याकडं पाहिलं. बाजींनी सांगितलं,

'राजे ! आज सोमेश्वराची पूजा आपल्या हातून व्हावी, असं सर्वांना वाटतं.'

राजे सोमेश्वराच्या तळ्याच्या पायऱ्या उतरले. तलावाच्या निळ्याभोर पाण्यानं त्यांनी हातपाय धुतले. सोमेश्वर मंदिरात जाऊन देवावर बेल वाहिले. पूजा आटोपून राजे जेव्हा बाहेर आले, तेव्हा देवळाच्या कट्ट्यावर राजांची बैठक मांडली होती. देवळासमोर दाटीवाटीनं सारे उभे होते. देवालयाचे उपाध्याय दुसऱ्या कट्ट्यावर विराजमान झाले. त्यांनी नवीन वर्षाची कुंडली मांडली.

नवीन वर्षाचं नाव होतं शर्वरी नाम संवत्सर !

पर्जन्ययोग सफल होईल....दाणापाणी उदंड राहील....

काही ठिकाणी अवर्षणाचे योग आहेत....पण त्याची झळ फारशी लागणार नाही....मृग नक्षत्र बेताचे....इतर उदंड....शेवटची नक्षत्रे पिकांची हानी करतील....रोगराई

बेताची.....पण प्राणनाश अधिक संभवतो....वर्षफल सामान्य असले, तरी परमेश्वरकृपेने संकटे नाहीशी होतील....

राजे भाकीत ऐकत होते, भाकीत संपल्यानंतर राजे अंबारखान्याच्या शेजारी असलेल्या वाड्यात गेले.

दोनप्रहर टळत असता बाजी वाड्यात आले. त्यांना पाहताच राजांनी विचारलं,

'काय, बाजी ! काय काढलंत ?'

'आज पाडवा ! तेव्हा साऱ्यांनी खेळ मांडला आहे. आपण यावं, अशी इच्छा आहे.'

'कसला खेळ ?'

'आपण यावं आणि पाहावं !' बाजी म्हणाले.

बाजींचा चेहरा पडलेला पाहताच राजे म्हणाले,

'बाजी, आम्ही तुम्हांला वडिलकीचा मान दिला आहे. तुमची आज्ञा आम्ही कशी डावलणार ? आम्ही येतो.'

अंबरखान्याच्या गंगा-जमुना कोठारांसमोरच्या माळावर मैदान तयार केलं होतं. राजांचं खास आसन तयार करण्यात आलं होतं. राजे स्थानापन्न होताच राजांनी आज्ञा दिली,

'बाजी, खेळाला सुरुवात करा.'

सुरुवातीला लाठी, बोथाटीचे खेळ झाले. त्यानंतर तलवारबहाद्दर उतरले. राजे कौतुकानं ते पाहत होते. उत्तेजन देत होते. बाजींनी सांगितलं,

'महाराज, आपला यशवंता चांगला धारकरी आहे.'

'अस्सं ?' म्हणत राजांची नजर यशवंताकडं वळली, 'यशवंता ! मग मागं का ? उतर.'

यशवंतानं मुजरा केला. काही वेळानं तो ढाल-तलवार घेऊन रिंगणात उतरला. बाजी म्हणाले,

'दोघं.'

दुसऱ्या बाजूनं दोन तलवारबहाद्दर रिंगणात आले. यशवंतावर दोघं चालून गेले. कलगीचा ताल घुमत होता. यशवंत आपल्या दोन प्रतिस्पर्ध्यांचे वार चुकवत, ढालीवर झेलत, हरणाच्या पावलांनी रिंगण खेळत होता. त्याच्या हाताची सफाई, पायांचं कसब पाहून राजांच्या मुखावर कौतुक उमटलं होतं.

जेव्हा तलवारीचा खेळ संपला, तेव्हा तिघां वीरांनी राजांच्याजवळ येऊन मुजरा केला. यशवंतच्या पाठीवर थाप मारीत राजे म्हणाले,

'सुरेख ! यशवंता, छान खेळलास.'

त्यानंतर रिंगणात पटाईत उतरले. त्यांचा खेळ पाहत असता, राजांनी बाजींच्याकडं पाहिलं आणि ते म्हणाले,

'बाजी ! रिंगणात उतरायचं ?'

'जी ! आपण ?' बाजींनी आश्चर्यानं विचारलं.

'काय बिघडलं ? बघू दोन हात करून.'

बाजींना काय बोलावं, हे सुचेना.

राजे उठून उभे राहिले. बघणाऱ्या जमावाला वाटलं की, राजे आता जाणार. पण काही अवधीतच त्यांच्या आश्चर्याला सीमा राहिल्या नाहीत. राजांनी मागवलेला पट्टा हातात चढवला होता. ते बाजींना म्हणाले,

'चला, बाजी !'

बाजींनी पट्टा चढवला. रिंगणातले खेळकरी बाजूला सरले. मावळ्यांच्या डोळ्यांत कौतुक मावत नव्हतं. राजांनी बैठक घेऊन सलामीचा हात केला. बाजींनी सलामी दिली. बाजी धिप्पाड देहाचे, उंचेपुरे होते. राजे त्यामानानं किरकोळ भासत होते.

'चला, बाजी !' राजे गर्जले.

हलगीवाल्याला कुणीतरी डिवचलं आणि तो भानावर आला. हलगी वाजू लागली. अंदाज घेत दोन्ही वीर, एकमेकांवरून नजर न काढता पट्टा परजून रिंगणात फिरत होते आणि एका क्षणी भीड झाली. चक्राकार पट्ट्याचे हात फिरवीत दोन्ही वीर मैदानात उसळत होते. पावलांच्या दाबानं धुरळा उडत होता. राजांचं ते कसब पाहून साऱ्या मावळ्यांना धन्यता वाटत होती. नाना तऱ्हेचे हात बाजी करीत होते. आणि शिवाजी राजे ते लीलया त्याच मोहऱ्यांनी परतवत होते. शेवटी बाजींनी पट्टा खाली ठेवला. राजांनी बाजींना मिठी मारली. राजे आपल्या दुशेल्यानं घाम टिपत म्हणाले,

'बाजी ! रोहिड्यावर आम्ही तुमच्यासमोर पट्टा घेऊन आलो नाही, हे आमचं नशीब !'

'त्याची आठवण आता कशाला ? पण, राजे ! आपला हात सफाईचा आहे. त्या हाताला आडवं जाणं येवढं सोपं नाही.'

'चला, बाजी खेळ खूप झाला.'

साऱ्या मावळ्यांच्या डोळ्यांचं पारणं फिटलं होतं. राजवाड्याकडं जाणाऱ्या राजे, बाजींच्याकडं सारे पाहत होते.

❐

पन्हाळगडाच्या पूर्व कड्यावर उभा असलेल्या सदर महालाच्या दुसऱ्या मजल्यावरच्या गच्चीवर राजे उभे होते. गच्चीच्या कमानीतून दिसणारा मुलूख ते न्याहाळत होते. हवेतला गारवा त्यांना जाणवत नव्हता. उजव्या हाताला हिरव्या गर्द रानानं वेढलेला पावनगड दिसत होता. गडाच्या पायथ्याशी विखुरलेली गावं दिसत

होती. आणि त्यामागं दूरवर पसरलेला मुलूख थेट क्षितिजापर्यंत पोहोचला होता.

धरित्रीचं ते विशाल, प्रसन्न रूप राजे डोळ्यांत साठवत असता पावलांचा आवाज झाला. राजांनी मागं वळून पाहिलं. गंगाधरपंत आले होते.

'या, पंत !'

'राजे ! आपल्या आज्ञेप्रमाणे सर्व खाली आले आहेत.'

'ठीक ! गंगाधरपंत, आपण खाली जा. आणि बाजी, त्र्यंबक भास्कर, सूर्याजी यांना वर घेऊन या. येताना कुणाला वरती सोडू नका. अशी सक्त ताकीद द्या.'

मान तुकवून गंगाधरपंत गेले. राजांनी एक दीर्घ नि:श्वास सोडला. आणि परत ते पूर्वेचा मुलूख न्याहाळू लागले.

राजांच्या आज्ञेनुसार गंगाधरपंत बाजी, त्र्यंबक भास्कर, सूर्याजी यांना सज्जात घेऊन आले. राजांनी बाजींना विचारलं,

'बाजी ! फुलाजी कुठं दिसत नाहीत ?'

'पाडव्याला घरच्या दैवताची पूजा-अर्चा असते; तेव्हा ते गावी गेले आहेत. दोन दिवसांत गडावर दाखल होतील.'

राजे बैठकीवर बसले. क्षणात आजूबाजूच्या माणसांचं अस्तित्व विसरून ते स्वत:च्याच विचारात हरवले.

राजांचं ते रूप सर्वांनाच नवं होतं. सारे राजांच्याकडं आणि एकमेकांकडं पाहत होते.

बाजींनी धीर करून विचारलं,

'राजे ! मिरजेचा किल्ला ताब्यात आला ?'

'अं !' म्हणत राजांनी मान उंचावली, 'काय म्हणालात ?'

'मिरजेचा किल्ला घेतला ?'

'नाही. वेढा उठवून यावं लागलं.'

'एवढा किल्ला अवघड आहे ?'

'मुळीच नाही. किल्ला मुळीच अवघड नाही. पण वेळ अवघड आहे.'

'आम्ही समजलो नाही !' त्र्यंबक भास्कर म्हणाले.

'काल सणाचा दिवस, म्हणून आम्ही काही बोललो नाही. आम्ही रुस्तुमजमाचा पराभव केला. तेव्हाच आम्हांला शंका आली होती ! माणसाचं यश जसं वाढत जातं, तसे त्याचे शत्रूही वाढत जातात. तो अधिक एकाकी पडू लागतो. विजापूरहून आमच्या पारिपत्यासाठी कर्नुलचा सरदार सिद्दी जौहर आदिलशाहीच्या सर्वशक्तीनिशी आमच्यावर चालून येतो आहे; ही बातमी आम्हांला मिरजेला मिळाली. तेव्हा वेढा उठवून आम्हांला यावं लागलं.'

'गडाची चिंता नसावी, राजे !' किल्लेदार त्र्यंबक भास्कर म्हणाले.

राजे खिन्नपणे हसले,

'त्र्यंबकजी ! संकट कधी एकटं येत नसतं. आज या क्षणी दिल्लीची फौज आमच्यावर चालून येते आहे. खुद्द औरंगजेब बादशहाचा मामा शाईस्तेखान अफाट फौज घेऊन येत आहे. औरंगाबाद ओलांडून तो अहमदनगरला येऊन पोहोचला आहे.'

ती बातमी ऐकून कुणाला, काय बोलावं, सुचत नव्हतं.

'आपली फौज ?' बाजींनी विचारलं.

'बरीचशी कर्नाटकच्या मोहिमेवर गुंतली आहे. आमचे सेनापतीही तिकडंच आहेत.'

'आपली छावणी कोल्हापूरला आहे ?'

'नाही. आम्ही छावणी उठवूनच इकडं आलो. आपलं अश्वदळ आम्ही राजगडाकडं पाठविलं आहे. पायदळाला गडावर यायला सांगितलं आहे.'

राजांच्या उत्तरानं बाजी आणखीन संभ्रमात पडले होते.

एवढे प्रबळ शत्रू अंगावर चालून येत असता राजे आपलं घोडदळ पाठवून देतात !

राजे विस्तवाशी डाव तर खेळत नाहीत ना ?

राजांच्या हातून आंधळ्या कोशिंबिरीचा डाव कधी खेळला जात नसतो.

यात राजांनी निश्चित काहीतरी बेत आखला आहे.

राजांनी गंगाधरपंतांच्याकडं नजर वळवली. त्यांनी विचारलं,

'पंत ! तुमचा काय सल्ला आहे ?'

पंत अकारण खाकरले,

'नाही, म्हणजे... प्रसंग बाका दिसतो. तेव्हा शत्रू येण्याआधी आपल्या मुलखातील प्रतापगड, राजगड किंवा पुरंधरचा आश्रय घ्यावा.'

'वाटलंच !' राजे म्हणाले, 'पंत आम्ही तसं केलं, तर काय होईल, माहीत आहे ? आमच्या पाठोपाठ सिद्दी जौहर बारा मावळांत घुसेल. नुकतीच कुठं जीव धरून राहिलेली आमची माणसं या फौजेच्याखाली भरडली जातील. आणि दुर्दैवानं शाईस्तेखान आणि जौहर यांची हातमिळवणी झाली, तर त्या अनर्थाला सीमा राहणार नाहीत. हा स्वराज्याचा खटाटोप आम्ही आमच्यासाठी केलेला नाही. प्रजारक्षण हे आमचं आद्य कर्तव्य आहे.'

बाजी हसले.

त्या हसण्याचं साऱ्यांना आश्चर्य वाटलं.

राजांनी विचारलं,

'काय, बाजी !'

'राजे ! आपला पन्हाळगड चारी बाजूंनी मजबूत आहे. शत्रू केवढाही मोठा असो, त्याला गडावर शिरकाव करता येणार नाही.'

'व्वा, बाजी ! आमच्या मनातला होरा ओळखलात. आता तोच निर्णय

घेतला आहे. तो शाईस्तेखान उत्तरेतून उतरतो आहे. त्याची चाल हत्तीची असली, तरी तो हत्ती आहे, हे विसरता येत नाही. चार नळे पायांशी फेकले, तरी तो बुजून माघारी वळेल. पण जाता-जाता पाच-पन्नास माणसांना पायदळी तुडवेल. आदिलशाही घोड्याच्या पावलांनी नाचत येईल, पण पराजय होतो, असं दिसलं, तर तेच घोडे त्यांना आपल्या निवासाकडं सुखरूपपणे नेता येतील.'

'आणि आमी ?' सूर्याजीनं विचारलं.

राजे हसले,

'आम्ही ! आता उरली एकच जात ! दिसायला बेडौल. चाल वाकडी.'

'उंट !' सूर्याजी म्हणाला.

'हां, उंट ! पण कुणाच्या हे ध्यानी येत नाही, की हवं तेवढं ओझं तोलून, उपाशी-तापाशी धावणारा तेवढा एकच प्राणी आहे. बुद्धिबळातली उंटाची तिरकी चाल प्रत्यक्षात तेवढी खरी नाही. उंट वेडावाकडा चालताना दिसतो. पण त्याची चाल सरळ रेषेतच जाते.' राजांनी निश्चयपूर्वक सांगितलं, 'बाजी ! आपल्याला आता उसंत नाही. आजच्या आज स्वार रवाना करा. जेधे, नेताजी असतील तिथं त्यांना गाठून आपल्या फौजेसह पन्हाळ्याकडं यायला सांगा. गंगाधरपंत ! तसे खलिते बाजींच्या स्वाधीन करा.'

राजांची दृष्टी त्र्यंबक भास्करांच्याकडं वळली,

'त्र्यंबकजी ! गडाचे अंबरखाने, गंजीखाना भरून घ्या. गडाची तळी उन्हाळ्यात कोरडी पडत नाहीत ना ?'

'त्याची चिंता नसावी ! एवढा भाग्यवान किल्ला शोधून सापडायचा नाही. पाण्याचा कितीही उपसा झाला, तरी पाणी कधी कमी होत नाही. आजवर झालेलं नाही.' त्र्यंबक भास्कर म्हणाले.

'नुसता गड राखून चालत नाही.' राजे सांगत होते, 'आजूबाजूच्या मुलखावर नजर असायला हवी. उद्या आमचे बहिर्जी, आबाजी गडावर येतील. साऱ्या मुलखात आपले नजरबाज पेरले जातील. बाजी, तुम्ही तुमची बांदल कुमक गडावर गोळा करा. सूर्याजी, तुम्ही दारू - कोठारावर नजर ठेवा. उद्यापासून गडाचे दरवाजे बंद करा. कोण गडावर येतो; कोण जातो, यावर नजर ठेवा.'

साऱ्यांनी मुजरे केले. ते गेले.

बाजी माघारी राहिले होते.

'काय, बाजी ?' राजांनी विचारलं.

'काही नाही !' बाजी म्हणाले.

'चिंता करू नका. ती भवानी आपल्याला जरूर वाट दाखवील. काळजी वाटते फक्त मासाहेबांची ! त्या बिचाऱ्या काळजीत असतील. त्यांना ही बातमी समजली असेल ! तुम्ही जा.'

बाजी मुजरा करून निघून गेले.
एकटे राजे सज्जाकोठीत उरले होते.

❐

गडाची वर्दळ दिवसेंदिवस वाढू लागली. बाजींनी बांदल-मावळे गडावर आणले. गंजीखान्यात गवत रचलं जात होतं. अंबारखान्यासाठी खरेदी करून आणलेली धान्याची पोती नीट लावली जात होती. गडकोटाचे पहारे वाढवले होते. दररोज गडावर बातम्या थडकत होत्या. राजे, फुलाजी, त्र्यंबकजी, गंगाधरपंत गड फिरत होते. गडाच्या मोकळ्या जागेतून अनेक छपऱ्या, घरटी उभारली जात होती.

राजांनी विचारलं,

'ही घरटी कशासाठी ?'

'गडाची शिबंदी वाढते आहे. एवढ्या शिबंदीला निवारा हवा.'

'छान केलंत ! पण, बाजी, गडाची शिबंदी केवढी ठेवायची, याचा पक्का विचार केला पाहिजे. गड वेढ्यात पडेल. पण वेढा किती दिवस, वर्षे, महिने चालेल, हे कोण सांगणार ? त्या शिबंदीची उपासमार होऊ लागली, तर...'

'त्याचा विचार केला आहे.' बाजींनी सांगितलं, 'गडाची शिबंदी तीन हजार राहील. आणि गडाचे गंगा-जमना हे अंबारखाने धान्यानं भरून घेतले आहेत. अजूनही गडावर धान्य येतं आहे.'

'जुलूम-जबरदस्ती करून धान्य गोळा करू नका.'

'नाही, राजे तसं घडत नाही. उद्या तो सिद्दी जोहर आला, तर साऱ्या गावांना झळ पोहोचणार आहे, हे सर्वांना माहीत झालं आहे. बाजारभावापेक्षाही दुप्पट किंमत देऊन आम्ही धान्य खरीदतो आहोत.'

'कारण ?'

'त्या बिचाऱ्यांना या संकटकाळी घरदार सोडून जावं वाटलं, तर त्यांना जाता यावं.'

राजांना समाधान वाटलं. ते म्हणाले,

'बाजी एवढं साऱ्यांना कळलं, तर किती बरं होईल; पण एवढी संपत्ती...'

'त्यालाही कमतरता नाही. रुस्तुमेजमा आणि फाजलखान यांच्या लढाईत गवसलेला खजिना आपणच गडावर पाठविला आहे.'

राजे हसले. मनमोकळेपणानं हसले,

'छान ! म्हणजे, आम्हीच तुम्हांला उधळण करायला शिकवली, असंच ना !'

❐

दररोज मध्यरात्रीपर्यंत सदर-इ-महलमध्ये बैठक भरत होती. मोहिमेचे आराखडे आखले जात होते. बहिर्जी नाईक आणि आबाजी प्रभू यांना मुलखात पेरलेल्या गुप्त हेरांकडून सर्व बातम्या येत होत्या. सिद्दी जोहर मिरज ओलांडून कोल्हापूरच्या वाटेला लागला होता. राजे किंचित चिंतातुर होते.

'राजे, आता वेढा पडायला फारसा अवधी लागणार नाही.'

'आबाजी, सिद्दी जोहरची छावणी काय म्हणते ?'

'महाराज !' आबाजी म्हणाले, 'सिद्दी जौहरची फौज समुद्रासारखी पसरली आहे. तो येताना दरबारातून त्याला सलाबतजंग हा मान दिला आहे. चाळीस हजार फौज आणि जवळ जवळ वीस हजार घोडदळ त्याच्या संगती आहे.'

'बोला !' राजे म्हणाले.

'सिद्दी जौहरच्या संगती फाजलखान, रुस्तुमेजमा, सादतखान, बाजी घोरपडे, सिद्दी मसूद वगैरे सरदार आहेत. तोफा, बाड-बिछायत, गंजीखाना यांसह तो येत आहे. आणि....'

'आणि काय ?'

'शिवाय शृंगारपूरचे राजे सूर्यराव सुर्वे, पालवणीचे जसवंतराव, सावंतवाडीचे भोसले सावंत त्यांच्या मदतीला आले आहेत.'

'आम्ही ते गृहीतच धरलं होतं. या वक्ताला नेताजी, दारोजी जवळ असायला हवे होते. नेताजी आपल्या फौजेनिशी कर्नाटकात आहेत आणि दारोजी राजापुरास आहेत.'

'एका दृष्टीनं झालं, तेच बरं झालं.' बाजी म्हणाले.

'मतलब ?'

'आम्ही वेढ्यात अडकलो, तर बाहेरची फौज धावून येईल. वेढा मोडायला वेळ लागणार नाही.' बाजींनी सांगितलं.

'आबाजी ! तुम्ही आणि बहिर्जी कोल्हापूर गाठा. आपल्या नजरबाजांच्या बातम्या जोवर पाठवता येतील, तोवर पाठवा.'

राजांनी सर्वांना निरोप दिला. सारे गेले.

एकटे राजे सज्जावर उभे होते. ज्या कमानीतून सारा मुलूख दिसायचा, त्या कमानीतून फक्त अंधार दिसत होता. दाट धुकं उतरत होतं. वाढत्या थंडीची जाणीव होत होती. काही क्षण तो काळोख निरखून राजे सदरमहाल उतरले.

मशालीच्या उजेडात राजे राजवाड्याकडे जात होते.

❑

दिवस उलटले. उन्हाळा आला. हिरवागार दिसणारा मुलूख उन्हाच्या तावानं करपू लागला. डोंगर-कडांवर पिवळी झाक उमटू लागली. गडावरची हवा जरी थंड

असली, तरी सारा मुलूख वाढत्या उन्हात गदगदत होता.

भर दुपारच्या वेळी राजे गडाची पाहणी करून फिरत दौलती बुरुजावर आले होते. संगती त्र्यंबक भास्कर, बाजी होते. दौलती बुरुजावरून दिसणारा डोंगरदऱ्यांनी रेखलेला तो अफाट मुलूख डोळ्यांत मावत नव्हता.

'बाजी ! या बुरुजाचं नाव सार्थ ठेवलं आहे. दख्खन दौलतीवर नजर ठेवणारा हा दौलती बुरूज !' राजांचा हात तोफेवर विसावला होता. नजर उत्तरेवर खिळली होती. तिकडं बोट दाखवत राजांनी विचारलं,

'बाजी ! या पर्वतरांगांच्या शेवटी दूरवर खेळणा ना ?'

'जी ! तोही गड मजबूत आहे. निसर्गानंच त्याला वरदान दिलं आहे.' थोडी उसंत घेऊन बाजी म्हणाले, 'राजे, ऊन वाढतं आहे.'

'हो ! जाऊ या. या गडाला आशीर्वाद लाभला आहे. उन्हाळ्याची जाणीवही या गडावर होत नाही. येव्हाना दोन-तीन वळीव यायला हवे होते.'

राजे दौलती बुरूज उतरले आणि वाड्याच्या दिशेनं चालू लागले.

❐

दोन प्रहरीच्या वेळी राजे सज्जाकोठीवरच्या तीन कमानी सदरेत बसले होते. बाजी, फुलाजी, त्र्यंबकजी ही मंडळी हजर होती. सिद्दी जौहरचा अंदाज आणि मोहरा काय असेल, यावर खलबत चाललं असताना ढगांचा आवाज कानांवर आला. उकाडा जाणवत होता. राजे बैठकीवरून उठले आणि तीन कमानीपाशी जाऊन उभे राहिले. पाठोपाठ बाजी, फुलाजी, आणि त्र्यंबकजी यांनी राजांचं अनुकरण केलं. कमानीतून दिसणारा मुलूख राजे न्याहाळत होते.

पूर्व क्षितिजावर ढगांच्या गर्जना आकाशात चढत होत्या. वाऱ्याचा लवलेशही नव्हता. सारं वातावरण उन्हाच्या तावानं गुदमुरलं होतं. सर्वत्र नि:स्तब्ध शांतता पसरली होती.

राजांची नजर कमानीतून दिसणाऱ्या मुलखावर स्थिरावली होती.

उजव्या बाजूला पसरलेल्या पावनगडावरून काळ्याभोर ढगांची सावली फिरत जात होती. सामोरा जोतीबाचा डोंगर दिसत होता आणि त्यानंतर दृष्टीत भरत होतं, ते वारणा खोरं ! गडाच्या पायथ्यापासून क्षितिजापर्यंत विस्तारलेल्या मुलखात झाडी-झुडपांत लपलेली आंबवडं, बोरपाडळे, नेवापूर ही गावं दिसत होती.

वाऱ्याचा कुठं लवलेशही नव्हता. ज्या क्षितिजावर ढगांच्या गौळणी उठल्या होत्या, त्या क्षितिजावर त्या गौळणींना वेढणाऱ्या काळ्या ढगांचा कडकडाट आकाशात उंचावत होता.

बाजींच्या बोलण्यानं राजे भानावर आले. बाजी म्हणाले,

'राजे ! पाऊस येणार, असं वाटतं !'

'येणार तर खरंच ! पण तो कसा येणार, हे आम्ही पाहत आहो.'

राजांची नजर परत कमानीबाहेर वळली.

पाखरांचे थवे आसरा शोधण्यासाठी गडाच्या झाडीकडं चालले होते. अचानक पूर्वेच्या ढगांच्या पडद्यावर वीज चमकली. नगाऱ्यावर टिपरी झडावी, तसा आवाज आसमंतात घुमला. आणि एक नाजूक, गार वाऱ्याची झुळूक अंगावरून गेली.

फुलाजी म्हणाले,

'राजे ! पाऊस आला.'

राजांचे सेवक तीन कमानीवरचे पडदे सोडण्यासाठी धावत वर आले. राजांनी त्यांना थांबवलं. ते म्हणाले,

'आम्ही आज हा वळीव पाहणार आहोत.'

'पण, राजे, आपण भिजाल.' बाजी म्हणाले.

'भिजल्याखेरीज वळीव दिसेल कसा ?' राजांनी सांगितलं. आणि क्षणार्धात राजांनी विचारलं, 'पाऊस येणार, असं दिसतं. आपल्या गडावरच्या तोफा...'

'चिंता नसावी ! साऱ्या बुरुजांच्या तोफांची तोंडं चिलखाटीनं बांधली आहेत. तोफांची मोहरीही झाकली आहेत.' बाजींनी सांगितलं.

गार वाऱ्याचा झोत वाढला होता. सारं आकाश पाहता - पाहता कुंदावून गेलं होतं. एक वीज कडाडत धरित्रीवर उतरली. साऱ्यांचे डोळे दिपून गेले. आणि पूर्वेकडून पावसाचा पडदा पुढं सरकू लागला. लक्षदल पावलांचा आवाज यावा, तसा आवाज करीत पाऊस पुढं येत होता. विजा कडाडत होत्या. समोरचा मुलूख दृष्टीआड करीत पाऊस पुढं सरकत होता. हळू हळू सारी माळवदं त्या पावसाच्या पडद्याआड दिसेनाशी झाली. टपोऱ्या थेंबांच्या तिरकस सरी सज्जा कोठीच्या तीन कमानीतून प्रवेश करू लागल्या. राजे त्या पावसाच्या सरींत भिजत होते. पण त्यांना पावसाचं भान नव्हतं. मंत्रमुग्ध होऊन ते पाहत होते.

बाजी धीर करून म्हणाले,

'राजे ! आपण भिजाल....'

राजे हसले. म्हणाले,

'त्यासाठी तर आम्ही इथं उभे आहोत.'

तीन कमानीतून पावसाच्या सरी येत होत्या. सेवकांनी सदरेची बिछायत केव्हाच हलवली होती.

पाऊस कोसळत होता. त्या पावसात राजेच नव्हे, तर सारेच भिजत होते. गार वारे वाहत होते.

हळू हळू पाऊस कमी झाला. पाऊस थांबला, तेव्हा पश्चिमेकडून उमटलेल्या पिवळ्या किरणांत सारी धरित्री नहात होती. पूर्वेला काळ्या ढगांवर भलंमोठं

इंद्रधनुष्य उमटलं होतं.

नखशिखांत भिजलेल्या राजांनी आपल्या मानेवर रुळणाऱ्या केसांवरून हात फिरवला आणि ते बाजींना म्हणाले,

'केवढं विशाल रूप हे ! बाजी, संकटं येतात ना, ती या वळीव पावसासारखीच असतात. काळे कभिन्न ढग उठतात. वारा सुद्धा त्यांच्या भीतीनं दबून जातो. विजा लखलखू लागतात. कडाडतात. सारा आसमंत आपल्या आवाजानं भारून टाकतात. टपोऱ्या जलधारांच्या माऱ्याखाली सारी धरित्री भिजून जाते... आणि पाऊस थांबतो, तेव्हा तृप्त झालेला सुगंध सर्वत्र दरवळतो. पिवळ्या किरणांत हळदीच्या नवरीसारखी धरित्री नटून जाते. आकाशाकडं पाहावं, तर सप्तरंगांची, इंद्रधनुष्याची कमान भाग्योदयाची वाट दाखवीत असते. नाही, बाजी ! संकट हे वरदान आहे. ती परीक्षा असते. जी माणसं त्या संकटांना सामोरी जातात. त्यांचं यश सदैव वाढत जातं.'

राजे बोलत होते. पण बाजींचं लक्ष भिजलेल्या राजांच्याकडं लागलं होतं. ते म्हणाले,

'राजे ! भिजल्या अंगानं फार काळ उभे राहू नका.'

'काय म्हणालात ?' राजांनी विचारलं.

बाजी राजांच्या दृष्टीला नजर खिळवत म्हणाले,

'राजे ! भिजल्या अंगानं फार काळ राहू नका. वाड्याकडं चलावं.'

राजांची दृष्टी पूर्वेच्या दृश्याकडं लागली होती. त्या क्षितिजावर भलं मोठं सप्तरंगी इंद्रधनुष्य उभं ठाकलं होतं. त्याकडं बोट दाखवीत राजे म्हणाले,

'पाहा, बाजी ! केवढं सुरेख दृश्य ! क्षितिजाला निर्माण होऊन आकाशाला भिडलेलं हे सप्तरंगी शिवधनुष्य !'

'क्षमा असावी, राजे ! इंद्रधनुष्य प्रकटत असता, ते पूर्ण होत असता राजांनी पाहावं. पण ते आकाशाचं वैभव फिकं होत असता पाहू नये. आपण वाड्याकडं चलावं !'

राजे हसले आणि बाजींना म्हणाले,

'जशी आज्ञा !'

राजांच्या बोलण्यानं साऱ्यांच्या मुखांवर स्मित उमटलं. राजे सर्वांसह सज्जा कोठीतून वाड्याकडं चालू लागले.

ओलीचिंब झालेली मंडळी राजांच्या मागून चालली होती.

वळवाच्या पावसानं जांभळाच्या, आंब्याच्या झाडांखाली जांभळं, आंब्यांचा सडा पडला होता. भिजलेली माकडं आपलं अंग झाडत जांभळांची चव घेत झाडावरून चीत्कारत फिरत होती.

वाड्याच्या राजसदरेवरती मशाली पेटल्या होत्या. राजे सदरेवर येताच पोशाख बदलून आलेले बाजी, फुलाजी आणि त्र्यंबकजी यांनी राजांना मुजरे केले. राजांनी विचारलं,

'काय, त्र्यंबकजी ! गडाची हालहवाल काय म्हणते ?'

त्र्यंबकजींना काही बोलता येत नव्हतं. त्यांना जोराची शिंक आली. उपरण्यानं आपली शिंक सावरत ते म्हणाले,

'ठीक आहे, महाराज !'

राजे हसले. ते त्र्यंबकजींच्याकडं पाहत होते. त्र्यंबकजींचा सारा चेहरा तांबडाबुंद झाला होता. राजे हसले. ते म्हणाले,

'बस्स ! एक वळिवात भिजलात, तर सर्दी झाली !'

बाजी म्हणाले,

'राजे ! जो गड मातब्बर असतो, सुरक्षित असतो, त्या गडाचे किल्लेदार नेहमीच नाजूक तब्येतीचे असतात.'

'अगदी खरं !' राजे म्हणाले, 'त्यासाठीच माणसांना संकटांचा सराव व्हावा.'

अचानक बाजींचं लक्ष सदरेवर येणाऱ्या शिवा न्हाव्याकडं गेलं आणि ते एकदम उद्गारले,

'या, राजे !'

राजांनी शिवा न्हाव्याकडं पाहिलं आणि बाजींना ते म्हणाले,

'काय म्हणालात, बाजी ?'

बाजी हसले,

'पाडव्याच्या दिवशी खेळ झाला. त्या दिवशी गडावरच्या पोरांनी सोंगं काढली होती... आणि अचानक आपण आलात, म्हणून गलका झाला. सारे मुजरे करीत होते आणि आपलं सोंग घेतलेला हा शिवा मुजरे स्वीकारत पुढं येत होता.'

राजे शिवाकडं पाहत होते.

शिवा राजांच्या अंगलटीचा. बाकदार नाकाचा. राजांच्या चेहऱ्याशी जुळणारा होता. त्याची दाढी-मिश्यांची ठेवण राजांच्यासारखीच होती.

थिजल्यासारखा शिवा न्हावी खांबाशी उभा होता.

राजे एकटक नजरेनं त्याच्याकडं पाहत होते.

बाजींची नजरही राजांच्या नजरेबरोबर शिवावर खिळली होती.

❐

कोल्हापूर सोडून सिद्दी जौहर पन्हाळ्याच्या दिशेनं येतो आहे, ही बातमी गडावर पोहोचली. त्र्यंबक भास्कर आणि बाजी गडावरच्या दिशेनं बुरुजांवरच्या

तोफांची पाहणी करून आले. येवढं मोठं संकट येत असताही गडावरच्या कुणाच्याही मुखावर चिंतेची रेघ उमटली नव्हती. राजांचा आधार, राजांचं वास्तव्य त्यात सारे निर्धास्त होते.

राजे दोनप्रहरच्या वेळी विश्रांती घेत असता, त्र्यंबक भास्कर आल्याची वर्दी त्यांना मिळाली. राजे उठून सदरेवर आले. राजांनी विचारलं,

'सिद्दी जौहर आला ना !'

'जी ! गडाच्या पायथ्याजवळ त्याची फौज थडकली आहे.'

'चला, पाहू.'

राजे सज्जा कोठीवर गेले. गच्चीतून ते पाहत होते.

भर उन्हाळ्यात एखादा वळवाचा काळा ढग माळवदावरून आपली सावली टाकीत यावा, तसा फौजेचा लोंढा गडाखाली येत होता. घोड्यांच्या टापांचे आवाज गडापर्यंत पोहोचत होते.

राजे ते दृश्य शांतपणे पाहत होते. राजे मागं उभ्या असलेल्या बाजींना म्हणाले,

'बेत तर मोठा दिसतो ! बाजी, आपल्या आयुष्यात आम्हांला कधी विश्रांती मिळाली नाही. या सिद्दीच्या वेढ्यामुळं ती आम्हांला मनमुराद घेता येईल, असं वाटतं.'

एवढं मोठं संकट आलं असताही, राजांची ती शांत प्रवृत्ती पाहून बाजी चकित झाले होते. विजयाच्या वेळी बेभान होणारे बाजींनी अनेक पाहिले होते. पण कठीण समयीच्या येणाऱ्या संकटाचं अशा तऱ्हेनं स्वागत करणारे फार थोडे होते.

सिद्दी जौहरच्या छावणीची पाहणी करून राजांनी सदर महाल सोडला आणि ते राजवाड्याकडं जात असता, एक बाई सामोरी आली आणि तिनं राजांच्या पायांवर डोकं ठेवलं. राजे म्हणाले,

'आऊ ! सांग काय झालं ?'

'काय सांगू, राजा !' ती पोक्त वयाची बाई म्हणाली, 'माझी पोर, नातू वेढ्यात अडकली.'

'राजांना सारं सांग, बाई.' बाजी म्हणाले.

त्या बाईनं डोळे पुसले. ती सांगू लागली,

'आमी गडावरच्या वाडीचं. मी, माझी सून आणि नातू येवढीच आमी मानसं. गावात सादवलं व्हतं. ज्यांचं कुनी न्हाई, त्यांनी गडावर यावं. सून म्हणाली, तुमी पुढं जावा. मी मागनं येतो. धाड बसली मला ! म्या गडावर आलू. पन माझी सून, माझा नातू गडाखाली ऱ्हायला, बगा.'

राजांनी विचारलं,

'आनि तुझा मुलगा कुठं आहे ?'

त्या बाईच्या डोळ्यांत अश्रू तरळले. हुंदका फुटला. डोळे टिपत ती म्हणाली,

'राजा, तुला ठावं न्हाई ? कोल्हापूरच्या लढाईत माझा पोरगा गमावला, त्याला बघायला बी मिळाला न्हाई. मी सांगत व्हते, पन मला कुनाचा बी धीर न्हाई. तू जाऊ नगं ! तर म्हनला — 'राजाला टाकून परजा ऱ्हाईल काय ?'

त्या बाईच्या बोलण्यानं राजांचं मन चिंताचूर झालं. काय करावं, हे त्यांना सुचत नव्हतं. ते म्हणाले,

'चला, आऊ ! वाड्याकडं जाऊ. बघू काय करायचं ते !'

राजे सर्वांच्यासह वाड्याकडं जात असता मागून हाक आली,

'आज्जेऽऽ'

साऱ्यांची पावलं थांबली. एक सात-आठ वर्षांचं पोर धावत येत होतं. ती बाई धावली. तिनं त्या पोराला कवटाळलं. त्या पोरामागोमाग एक बाई आणि महादेव सोंगाडी प्रकटले. महादेवनं राजांना मुजरा केला.

महादेव हा राजांचा नजरबाज होता. महादेवनं सांगितलं,

'महाराज ! सिद्दी उद्या दाखल व्हनार हाय. गावात ही पोर अडकली व्हती. तिला घेऊन आलो.'

राजांनी हातातलं कडं उतरलं. ते महादेवच्या हातात घालत ते म्हणाले,

'जगदंबेची कृपा ! महादेव, आज तू आमची लाज राखलीस ! मोठ्या संकटातून आम्हांला पार केलंस.'

राजे बाजींना म्हणाले,

'बाजी, आमचे नजरबाज नुसत्या शत्रूवर नजर ठेवीत नाहीत. त्यांचं लक्ष आमच्या माणसांवरही असतं, हे केवढं भाग्य ! बाजी ! त्या बाईला आणि तिच्या सुनेला एक घरटं द्या. काळजी करू नका, म्हणून सांगा.' जाता-जाता राजांनी महादेवला आज्ञा केली, 'महादेव, वेढा बळकट होण्याआधी तू गड उतर. जमेल, तशा बातम्या देत जा. पण केव्हाही आततायीपणा करू नको आणि जीव धोक्यात घालू नको. समजलं ?'

'जी !' महादेव म्हणाला.

राजे सर्वांच्यासह बोलत वाड्याकडं येत होते. त्या वेळी रस्ते साफ करीत असलेल्या माणसांच्याकडं त्यांचं लक्ष गेलं. राजे थांबले. ते चाललेली साफसफाई पाहत होते.

बाजींनी विचारलं,

'राजे, का थांबलात ?'

'बाजी, गड नेहमी स्वच्छ ठेवावा, हे खरं ! पण हा गोळा केलेला केरकचरा कुठं टाकतात ?'

'गडाखाली टाकीत असावेत.' त्र्यंबक भास्कर म्हणाले.

'असावेत !' राजांच्या मुखावरचं हास्य विरलं, 'त्र्यंबकजी ! तुम्ही किल्लेदार. तुमच्याकडून हे उत्तर अपेक्षिलं नव्हतं. हा कचरा गडाखाली टाकला जात असेल, तर ते ताबडतोब बंद करा. ठिकठिकाणी तो गोळा करून जाळायला सांगा. त्याची जमलेली राख गडावरच्या घरट्यांच्या परड्यांत पडू दे. त्यावर पावसाळी भाजीपाला तयार होईल. ही आमची आज्ञा समजा.'

बाजी राजांच्या मागून चालत होते. पण विचारचक्र जोरानं फिरत होतं.

काय राजा आहे हा !

दाराशी येवढा प्रबळ शत्रू असता, हा गडावरच्या कचऱ्याची विल्हेवाट कशी लावावी, याचा विचार करतो !

भाजीपाला करायला सांगतो.

याला हे सुचतं कुठून ?

राजे वाड्यात गेले, तरी बाजी सदरेवर त्याच विचारात उभे होते.

रात्री राजांची पंगत बसली होती. बाजी, त्र्यंबकजी, फुलाजी, महादेव वगैरे मंडळी पंगतीत सामील झाली होती.

आंबरसपुरीचा बेत केला होता.

मसालेभात होता.

पंगत उठली.

राजे सदरेवर आले.

बाजी राजांना म्हणाले,

'आजच्या पंगतीचा बेत छान जमला.'

'ते ठीक आहे.' राजे म्हणाले. 'पण यापुढं असल्या पंगती बंद करा. सिद्दीचा वेढा किती दिवस चालेल, याचा अंदाज नाही. यापुढं वेढा उठेपर्यंत आमचे मावळे जे खातात, तेच अन्न आम्ही घेऊ. नाचणी, नागलीच्या भाकरीवर जगायची सवय आम्हांला आहे. असल्या मेजवानीपेक्षा ते अन्न आम्हांला अधिक प्रिय वाटेल.'

गडाखाली वेढ्याची तयारी जोरात सुरू झाली होती. सर्व वाटा रोखल्या गेल्या. ठायी ठायी डेरे, शामियाने उभारले जात होते. घोडदळाची फिरती गस्त चालू होती. रात्री सिद्दी जौहरच्या छावणीतल्या मशाली बघून आकाशातली नक्षत्रं धरित्रीवर उतरल्याचा भास होत होता.

एके दिवशी धुरळ्याचे लोट उडवत सिद्दी जौहर आपल्या घोडदळासह

नौबत वाजवीत आपल्या छावणीत हजर झाला. सिद्दी जौहर येताच त्यानं वेगानं वेढा वाढवायला सुरुवात केली. पूर्वेच्या बाजूला स्वत: सिद्दी जौहर, फाजल, बडेखान व रुस्तुमेजमान होते. पश्चिमेला सादतखान, मसूद, बाजी घोरपडे, भाईखान होते.

तोफांचे मोर्चे बांधले जात होते. छावणीची वर्दळ, तोफांच्या जागा, सैन्याची वर्दळ गडावरून दिसत होती.

राजे ते शांतपणे पाहत होते.

'राजे ! आपण काय करायचं ?' बाजींनी विचारलं.

'बघायचं !' राजे म्हणाले.

'नुसतं बघायचं ?'

'हो ! त्यांची चाल प्रथम समजायला हवी. त्यानंतर आपली पावलं टाकायची. बघता-बघता उन्हाळा संपेल. मग मृगराज आपल्या दळासह आपल्या मदतीला येतील. विजापूरच्या कोरड्या मुलुखावर वाढलेली ही माणसं आमच्या पावसापुढं टिकाव धरणार नाहीत. त्यांना ते परवडायचं नाही. त्या दिवसाची आपण वाट पाहायला हवी.'

दुसऱ्या दिवशी गडावर तोफांचे आवाज येऊ लागले.

राजे सज्जा कोठीवर गेले. सिद्दी जौहरच्या तोफा वाजत होत्या. पण एकही गोळा गडाच्या पायथ्याशी पोहोचत नव्हता.

राजे हसत म्हणाले,

'नेमबाजीचा सराव करीत असावेत !' त्र्यंबकजींच्याकडं वळून ते म्हणाले, 'त्र्यंबकजी ! एवढा तोफांचा भडिमार होतो आणि गडावरून त्याला उत्तर दिलं जात नाही ?'

त्र्यंबकजी संकोचले. ते म्हणाले,

'बाजींनी तशी आज्ञा दिली आहे.'

'आज्ञा ? कसली ?'

'बाजी म्हणाले की, आम्ही सांगितल्याखेरीज एकही तोफ उडता कामा नये.'

'असं बाजी म्हणाले ? त्यांना बोलावून घ्या.'

थोड्याच वेळात बाजी फुलाजीसह सज्जा कोठीवर हजर झाले. राजांना मुजरा करून ते उभे राहिले. राजांनी विचारले,

'बाजी ! आम्ही तुमचीच वाट पाहत होतो.'

'राजे ! गडाची पश्चिम बाजू पाहायला आम्ही गेलो होतो.'

राजे म्हणाले,

'इकडं पूर्वेकडून सिद्दी जौहर तोफांचा भडिमार करतो आहे. आणि तुम्ही पश्चिमेला गेलात ?'

'आम्ही समजलो नाही !'

'समजायचं काय ?' राजे म्हणाले, 'गडावर तीनशे तोफा असून शत्रूला प्रत्युत्तर दिलं जात नाही. त्र्यंबकजी सांगतात की, ती आज्ञा तुम्ही केली, म्हणून ! खरं ?'

'जी ! खरं आहे.'

'पण का ? कशासाठी ?'

'राजे ! सिद्दीच्या तोफा उडत असतील. कदाचित तो आपल्या नेमबाजीचा सराव करीत असेल. त्याच्या तोफांचे गोळे गडावर यायला त्याला दुसरा जन्म घ्यावा लागेल.'

राजांच्या मुखावरचं स्मित तेच होतं. त्यांनी विचारलं,

'पण तो आपल्याला कमकुवत समजेल ना !'

'राजे ! तेच व्हायला हवं. एकदा सिद्दी जौहर टप्प्यात येऊ द्या. मग त्याला समजेल; पन्हाळ्याची ताकद काय आहे, ती !'

राजांना आपला संयम राखणं कठीण जात होतं. आनंदभरित झालेल्या राजांनी बाजींच्या खांद्यावर हात ठेवला. ते म्हणाले,

'बाजी ! हा संयम फार क्वचित दिसतो. तुम्हांला बांदल देशमुखांनी दिवाण नेमलं, याचं रहस्य आज आम्हांला उलगडलं.'

सिद्दी जौहर तोफांचे गोळे उडवत होता. पूर्व व पश्चिम बाजूंनी आवाज उठत होते. पण गडावरून एकही आवाज उठत नव्हता. ती अवस्था बघून सिद्दीच्या चेहऱ्यावर हसू उमटत होतं. पन्हाळ्याच्या आश्रयाला गेलेल्या राजांना मजबूत गड मिळाला असेल, पण गडाची लढण्याची ताकद नाही, असा अंदाज होता. दुसऱ्या दिवशीच सुलतान ढवा करण्याचा बेत त्यानं आखला. त्या अंदाजानं त्यानं सैन्याची विभागणी केली.

राजांची अपेक्षा तीच होती. दुसरे दिवशी राजे पूर्वेच्या बुरुजावर दाखल झाले. गडावरच्या तीनशे तोफा माचून तयार झाल्या. राजे बुरूजावरून पाहत होते. रात्रीत सिद्दीच्या तोफा पुढं सरकल्या होत्या. तोफांचे गोळे उतरंडीवर कोसळत होते आणि काही वेळानंतर सिद्दीची फौज गडाकडं येताना दिसू लागली.

गडावर सर्वत्र शांतता पसरली होती. भर उन्हातून सिद्दीची फौज 'दीन ऽ दीन ऽऽ' म्हणत गडाकडं धावत होती.

राजांच्या चेहऱ्यावर नेहमी दिसणारे स्मित दिसत होतं. बाजींनी अधीरतेनं विचारलं,

'राजे ! आता ?'

'नाही, बाजी ! तो निर्णय तुम्ही घ्यायचा ! या क्षणापर्यंत तुम्हीच आमचा तोफखाना थांबवलात. यापुढची चाल तुमची. आम्ही सज्जा कोठीतून तुमची करामत पाहतो.'

राजांच्या त्या बोलण्यानं बाजी सुखावले. विश्वासानं धावत ते सज्जा कोठीतून उतरले. पाठीमागून आलेल्या त्र्यंबक भास्करना म्हणाले,

'त्र्यंबकजी, तुम्ही तीन दरवाज्याकडं जा. आमची तोफ डागल्याखेरीज तुमच्या तोफा डागू नका.'

त्र्यंबकजी तीन दरवाज्याकडं रवाना झाले. बाजी पूर्वेच्या बुरुजावर आले. तोफ सज्ज होती. बाजी गडाच्या पायथ्यावरून येणारे सिद्दी जौहरचे सैनिक पाहत होते. बाजींनी हात वर केला आणि ते गरजले,

'जय भवानी ऽऽ'

—आणि पन्हाळगडच्या पूर्वेच्या बुरूजावरून पहिली तोफ कडाडली. तिचा आवाज विरतो, न विरतो, तोच साऱ्या तोफा आग ओकू लागल्या. निर्भयतेनं येणाऱ्या शत्रूच्या फौजेवर आगीचा वर्षाव झाला. खाली एकच गदारोळ उडाला.

सिद्दी जौहरची माघार घेणारी फौज राजे आनंदानं पाहत होते.

सिद्दी जौहरनं आपली माणसं, तोफा मागं खेचल्या. ती धावपळ पाहण्यास गडावरच्या साऱ्या तटावर गडाच्या शिबंदीची माणसं गोळा झाली होती. 'जय भवानीऽ' आणि 'हर हर महादेव' च्या गर्जनेनं सारा गड निनादत होता.

❐

सिद्दी जौहर हा निष्णात सेनापती. जेव्हा त्यानं पन्हाळगड पाहिला, तेव्हाच त्याला गडाच्या मजबुतीची कल्पना आली होती. त्यानं राजापूरच्या इंग्रजांकडं मदत मागण्यासाठी आपली माणसं पाठविली होती. पन्हाळगडावरून झालेल्या तोफांच्या माऱ्यानं तो अधिक संतापला होता. येणाऱ्या पावसाळ्याची त्याला भीती वाटत होती. मुंगीलाही वाव मिळू नये, असा वेढा त्यानं घातला होता.

सायंकाळच्या वेळी वाड्यासमोर राजांचा विश्वास घोडा खोगीर चढवून तयार होता. त्याखेरीज पाच-सहा घोडी खोगिरांनी सज्ज होती.

राजे सदरेवर आले. साऱ्यांनी मुजरे केले.

'बाजी, त्र्यंबकजी ! चला.'

राजे स्वार झाले. राजांचं पथक गडकोटाची पाहणी करून गडावर फिरत होतं. राजदिंडी, पुसाटीचा बुरूज, तीन दरवाजा, चार दरवाजा एवढी चक्कर घेऊन राजे वाड्यावरून सदर महालात आले.

दोन प्रहरी राजांना जागं करण्यात आलं.

'काय झालं ?' राजांनी विचारलं.

'सदरेवर किल्लेदार आल्यात जी !' सेवकानं सांगितलं.

राजे सदरेवर आले, तेव्हा चिंताचूर त्र्यंबकजी आणि बाजी उभे होते. त्यांच्या

मागं यशवंत जगदाळे उभे होते.

'काय झालं, त्र्यंबकजी !' राजांनी विचारलं.

'राजे ! टोपीकरांनी घात केला. ते सिद्दीला मिळाले.'

'खोटं !' राजे म्हणाले.

'नाही, राजे ! अनुस्कुरा वाटेनं टोपीकर दोन लांब पल्ल्याच्या तोफा घेऊन सिद्दीच्या तळावर हजर झाले आहेत.'

राजांचा संताप उफाळला. कधीही संयम न सोडणारे राजे म्हणाले,

'ही हिंमत ! दारोजीनं राजापूरवर स्वारी केली. या गोऱ्या माकडांना पकडलं. भीक मागत आमच्या दाराशी आले. आदिलशाहीला मदत करणार नाही, असा तह करून आपला जीव वाचवून गेले. बेइमान ! करार मोडून आज आमच्यावर चालून येतात ?'

राजे क्षणभर थांबले. दीर्घ श्वास त्यांनी घेतला. आणि खिन्नपणे ते हसले—

'बाजी, ही टोपीकरांची जात फार हुशार. सातासमुद्रांवरून आलेत ना ! बोलून चालून व्यापारी. ते हा सौदा सोडतील कसा ? शास्ताखान चालून येतो, हे त्यांना माहीत असणार. सिद्दीच्या वेढ्यात आम्ही पुरे अडकलो आहो, हे ते जाणतात. या दुहेरी संकटातून आम्ही वाचणार नाही, हा त्यांचा अंदाज ! ठीक आहे. जगदंबेच्या कृपेनं आम्ही या संकटातून तरलो, तर त्या टोपीकरांना जरूर धडा शिकवू.'

'त्यांच्या जवळ दूरवरचं पाहण्याचं यंत्र आहे, म्हणे !' त्र्यंबकजी म्हणाले.

'असेल ! त्यांना दूरवरचं दिसतं. आम्हांला दिसत नाही, हे आमचं दुर्दैव आहे. बाजी, आम्हांला भीती ना आदिलशाहीची, ना दिल्ली तख्ताची. खरी भीती वाटते, ती या टोपीकरांची. सातासमुद्रांवरून आलेले हे व्यापारी नाहीत. त्यांच्या लांब पल्ल्याच्या तोफा, बंदुका त्यांसह ते येतात, ते का व्यापारासाठी ! एक ना एक दिवस, हेच टोपीवाले आसेतुहिमालय कबज्यात घेऊन मोकळे नाही झाले, तर नशीब !'

राजांनी थोडी उसंत घेतली. ते बाजी, त्र्यंबकजीकडं वळून म्हणाले,

'कठीण वेळ आहे खरं ! आपला तोफखाना सज्ज ठेवा. पण ही बातमी आणली कुणी ?'

बाजींनी सांगितलं,

'यशवंत जगदाळे घेऊन आला.'

राजांनी विचारलं,

'यशवंता गडाखाली उतरला होता ?'

'जी !'

राजांची नजर यशवंतावर खिळली. कठोर शब्द उमटले,

'यशवंत ! हे फिरतीचे दिवस नाहीत. शत्रूगोटाभोवती फिरणं हे धोक्याचं असतं, हे तुम्हांला कळायला हवं होतं. बाजी, आमच्या आज्ञेखेरीज कोणीही गडाखाली उतरत नाही, याची दखल घ्या. आम्हांला थोडा एकांत हवा. आम्ही जातो.'

राजे गेले. आणि पडल्या चेहऱ्याच्या यशवंताकडं पाहत बाजींनी विचारलं,

'मिळाली शाबासकी ? पण, यशवंता, तू गडाखाली गेलाच कशाला ?'

यशवंतानं आवंढा गिळला.

'सांग ना !' बाजी म्हणाले.

'मैतरांनी पैज लावली.'

'कसली पैज ?'

'खालच्या छावनीवर फेरफटका करू ईल, त्याला...'

यशवंत अडखळलेला पहाताच बाजींनी विचारलं,

'कसली पैज ?'

'कोंबड्याची ! जिकलं, तर त्यांनी कोंबडं द्यायचं. न्हाईतर मी...'

'छान !' बाजी हसले. 'इकडे राजांनी मेजवान्या बंद केल्या आणि तिकडं कोंबड्यांची पैज लावता ! आणि एवढा जीव स्वस्त केव्हापासून झाला ?'

सारे हसले.

बाजी यशवंतासह सदरेबाहेर पडले.

❐

रात्री बाजी, फुलाजी आपल्या निवासात बोलत बसले होते. फुलाजींनी बाजींची चिंता ओळखली होती. आपल्या चिलमीचा बार फुंकत फुलाजी म्हणाले,

'बाजी, गावावर पाडव्याचा सण जोरात साजरा झाला. पण तू नव्हतास, त्याचं दोन पोरींना फार वाईट वाटलं.'

'देवीची पालखी गेली ना ?' बाजींनी विचारलं.

'त्यात काय बी कमी पडलं नाही.'

'बरं झालं ! पण, दादा, आज राजे उदास होते, हे ध्यानी आलं ?'

'होय ! राजे कधी नाही ते घोरात दिसले. तो साहेब आला नसता, तर....'

'दादा, माझ्या मनात एक विचार आहे. उद्या आपली बांदल फौज घेऊन गडाखाली उतरायचं.'

'राजांना न विचारता ?'

'हां ! आणि त्या टोपीकरांच्या दोन्ही तोफा निकामी करून यायचं.'

'सिद्दीचा वेढा एवढा सोपा वाटला ?' फुलाजींनी चिलमीचा धूर सोडत विचारलं.

'लई तर काय होईल ? मरू एवढंच ना ?' बाजी म्हणाले.

'तू मरशील. मी मरेन. पण राजे एकटे राहतील, याचा विचार केलास ?'

'म्हणजे ?' बाजींनी विचारलं.

'त्यांना कोण वाचवणार ? नाही, बाजी, हा राजा जपला नाही, तर काही राहणार नाही. या राजावरची नजर हलू न देता त्याला जपायला हवं.'

बाजींच्या डोळ्यांत पाणी तरळलं. त्यांना हुंदका फुटला. डोळे टिपून ते म्हणाले,

'कोणत्या जन्माचं देणं देतो आहे, कुणास ठाऊक. या राजाचं प्रत्येक पाऊल पाहत असता वाटतं की, याच्यावरून जीव ओवाळून टाकावा ! त्याच्या रूपात हरवून जावं ! दादा, हा माणूस जगला नाही, तर काही होणार नाही. आमचा मुलूख, आमची माणसं अब्रूनं जगणार नाहीत.'

बाजींना काही सुचत नव्हतं. ते उठले आणि घराबाहेर पडले.

सर्वत्र काळोख पसरला होता. तटावरून गस्तकऱ्यांच्या दिवट्या फिरत होत्या. आवाज उठत होता,

'हुश्श्यारऽऽ'

❒

दुसरे दिवशी राजे सदर महालावर उभे होते. आपल्या संतप्त नजरेनं ते सिद्दी जौहरच्या हालचाली पाहत होते. टोपीकरांच्या दोन तोफा पुढं सरकावीत येत होत्या. मोर्चे बांधले जात होते आणि थोड्या वेळात टोपीकरांच्या तोफांनी धूर ओकला. सारा गड त्या तोफांच्या आवाजानं थरथरला. राजे सदर महालात उभे होते. तोफांचे गोळे अर्ध्या कड्यापर्यंतही पोहोचत नव्हते.

परकोट बुरुजावर बाजी शत्रूच्या निशाणबाजीचा अंदाज घेत उभे होते. शत्रू टप्प्यात येतो, असें वाटताच बाजींनी आज्ञा दिली,

'तोफेचं तोंड वळवा !'

बुरुजावरची लांबझोक फिरंगी तोफ वळवली जात होती. काली तोफ वळवली गेली. बाजी गर्जले,

'आता बघू कालीची करामत ! आम्ही इशारा करताच तिला बत्ती द्या.'

बाजी बुरूज उतरले. दूर अंतरावर जाताच त्यांनी हातानं इशारा केला आणि कानांत बोटं घातली. काली तोफेला बत्ती दिली गेली. बत्ती देताच बत्तीदारानं जवळच्या टाक्यात उडी घेतली. टाक्यातलं पाणी उसळलं आणि बत्तीदार टाक्यातल्या पाण्यात डुबकी घेत असताच काली धडाडली. तिच्या पाठोपाठ गडावरच्या तोफा धडाडू लागल्या. साऱ्या गडावर माकडांचा आणि पाखरांचा चीत्कार उठला.

पागेतल्या घोड्यांत खिंकाळ्यांनी आवार भरून गेला.

तोफांच्या माऱ्यात येणारे गोळे पाहून टोपीकर आपल्या तोफा मागं नेत होते.

ती धावपळ राजे सदर महालाच्या सज्जावरून आनंदानं पाहत होते.

❒

दिवस उलटले, तसे पूर्वेकडचे वारे बंद झाले. पश्चिमेच्या वाऱ्यांनी जोर धरला. काळ्या ढगांच्या राशी पश्चिमेकडून पूर्वेला सरकू लागल्या. येणाऱ्या पावसाच्या तयारीला गडकोट लागला. गडावरच्या घरट्यांना मावळतीला झडपा लावल्या जात होत्या. गार वारे गडावर आले. आकाशात ढगांची दाटी वाढू लागली.

राजे सकाळी सदर महालावर गेले. गच्चीवर उभे राहून ते सिद्दी जौहरची छावणी निरखीत असता उद्गारले,

'बाजी ! ते पाहाऽऽ'

'काय, महाराज ?' बाजींनी विचारलं.

'सिद्दीचा शामियाना, डेरे कुठं आहेत ?'

बाजींनी पाहिलं. तो राजांचं म्हणणं खरं होतं.

उन्हात तळपणारा तांबड्या अलवानाचा शामियाना कुठं दिसत नव्हता. सिद्दीचा हिरव्या रंगाचा डेरा तोही उतरला होता.

बाजी आनंदानं म्हणाले,

'राजे ! आपलं भाकीत खरं ठरलं. सिद्दी वेढा उठवतो आहे.'

'एवढा सोपा शत्रू तो नाही. काही तरी डाव आहे.'

राजांचा तर्क खरा ठरला. सिद्दी जौहर पावसाळ्याला तोंड देण्यासाठी पावसाळी छपऱ्या उभारत होता. जिथं शामियाना होता, तिथं रानातली लाकडं तोडून भव्य छपरी उभारली होती. खानाच्या डेऱ्याचीही जागा अशाचे मोठ्या छपरीनं व्यापली होती.

ते दृश्य पाहून राजे बाजींना म्हणाले,

'बाजी ! गनीम भारी पडला ! सिद्दी आता हलणार नाही. तो आपली वाट बघत राहणार !'

'कसली ?'

'शरणागतीची !' राजांनी सांगितलं.

'वाट बघ, म्हणावं !' बाजी उसळले, 'वेळ आलीच, तर मारू किंवा मरू.'

राजे हसले. ते म्हणाले,

'नाही, बाजी, असला अतिरेकी विचार आपल्याला परवडणार नाही. ते फक्त रजपूत करू जाणे ! मोठं संकट आलं की, वैतागानं प्राणाची बाजी लावायची

आणि रणांगणी समर्पण करायचं. मागं बायका-मुलींनी जोहार करायचा. नावलौकिक फक्त मरणाचा. यश मात्र नेहमीच शत्रूच्या हाती !'

बाजींनी विचारलं,

'क्षमा असावी, राजे ! म्हणजे नेहमी जीव राखूनच राहायचं ?'

'असं कोण म्हणतं ! प्रसंग आला, तर कोणी जीव राखून राहत नाही. फक्त एकच. तो प्रसंग जीव-मोलाचा असायला हवा. आता पावसाळा सुरू होईल. हा पाऊस सिद्दी जौहरचा दिमाख उतरवील आणि त्याच वेळी आपले नेताजी, दोराजी मदतीला येतील. तेव्हा सिद्दी टिकाव धरेल, असं वाटत नाही. एव्हांना नेताजी यायला हवे होते.'

सर्वांचं लक्ष नेताजी केव्हा येतात, इकडं लागलं होतं. गडावर पाऊस उभा कोसळत होता. पाऊस थांबला की, सारा गड दाट धुक्यानं व्यापला जाई.

असंच धुकं गडावर उतरलं होतं. राजे सज्जा कोठीतून तो धुक्याचा पडदा पाहत होते. मागं बाजी उभे होते. अचानक धुक्याचा पडदा विरळ होऊ लागला. समाधि-अवस्थेत मोहपटल दूर व्हावं आणि स्वर्गीय अलौकिक दृश्य दिसू लागावं, तसं साऱ्या सृष्टीचं रूप साकार झालं. दरीतून आलेला आणि हिरव्याकंच माळवदावरून जाणारा तो नदीचा प्रवाह एखाद्या हिरवं वस्त्र परिधान केलेल्या नवरीच्या कमरपट्ट्यासारखा भासत होता. डोंगरमाथ्यावरून धुक्याचे ढग जात होते.

ते दृश्य पाहून राजे म्हणाले,

'बाजी ! शिवशंकराचं रूप यातूनच साकार झालं नसेल ना ? हा निळाभोर डोंगर. त्याच्या मस्तकावरून खाली उतरणारे हे प्रपात. शिवविभूती रेखाटण्यासाठीच त्याच्या माथ्यावर रेंगाळणारे हे धुक्याचे विरळ ढग...'

राजे ते दृश्य पाहत असतानाच परत दाट धुकं अवतरलं, क्षणात दिसणारं ते दृश्य त्या पडद्याआड लुप्त झालं. राजांनी निःश्वास सोडला. ते माघारी वळले.

घोड्यांच्या टापांचा आवाज घुमला. राजे सज्जाकडं धावले. दाट धुक्यातून टापांचा आवाज येत होता. गडाखाली धावपळ उडाल्याची निशाणी होती. राजे म्हणाले,

'बाजी ! आवाज ऐकलात ? आमचे नेताजी येत असावेत !'

त्याच वेळी राजांच्या हेरांनी राजांना सोडवण्यासाठी नेताजी येत असल्याची बातमी आणली.

राजे म्हणाले,

'बाजी, आता वेळ करून चालणार नाही. नेताजी वेढा फोडतील, तेव्हा त्यांच्या संगती आपण सर्वांनी बाहेर पडायला हवं.'

राजे वाड्यात आले. सामानाची बांधाबांध झाली. वाड्यासमोर राजांचं घोडदळ उभं राहिलं. राजांनी त्र्यंबक भास्करांना सांगितलं,

'जर नेताजींनी वेढा फोडला, तर आम्ही बाहेर पडू. तुम्ही गड लढवा. आम्ही बाहेर जाताच सारी कुमक गोळा करून सिद्दीवर हल्ला करू. चिंता करू नका.'

राजे सर्व तयारीनिशी सज्ज होऊन बातमीची वाट पाहत होते. सायंकाळ होत असता गडावर बातमी आली—

'सिद्दीनं नेताजीचा पराभव केला होता, त्याला माघार घ्यावी लागली होती.'

त्या बातमीनं राजे निराश झाले नाहीत. ते म्हणाले,

'बाजी ! सिद्दी केवढा जागरूक आहे, याची ही खूण आहे. या वेढ्यातून सुटण्याचा आपणच विचार करायला हवा !'

राजे शांतपणे बोलत होते. पण बाजींचं मन चिंतेनं ग्रासलं होतं.

❑

गडावर धो पाऊस कोसळत होता. जेव्हा पाऊस उसंत घेई, तेव्हा दाट धुकं अवतरत असे. रात्रीच्या वेळी तटावरून फिरणाऱ्या रखवालदारांना हाताच्या अंतरावर धरलेली मशाल त्या उतरणाऱ्या धुक्यात काजव्यासारखी दिसे. राजांनी सारे धारकरी भर पावसात, पावसाची तमा न बाळगता चारी बाजूंच्या तटाला भिडवले होते. तटाचा पहारा जारी केला होता. दिवसरात्र गडकोटावरून 'हुश्शार ऽ रखवालाऽऽ' आवाज उठत होते.

मध्यरात्रीचा समय उलटला होता. पाऊस थांबला होता. दाट धुकं सर्वत्र पसरलं होतं. सिदू हवालदार उत्तरेच्या तटावरून दोन बारगिरांच्यासह फिरत होता. गार वारा अंगाला झोंबत होता. गडावरच्या झाडांच्या पानांची सळसळ आणि घोंगावणारं वारं धुक्याची भयाणता वाढवत होतं. एक हातानं डोक्यावरची इरली सावरत तिघेजण तटावरून जात असता अचानक कसला तरी आवाज आला. बारगिरानं मशाल सावरत आवाज दिला. 'हुश्शारऽऽ' आणि क्षणात तिघांची पावलं थांबली. तटाखालून अस्पष्ट आवाज आला.

'हुश्शारऽ'

सिदूनं आपलं इरलं फेकून दिलं. बारगिरांनी त्याचं अनुकरण केलं. तिघांनी आपल्या तलवारी सावरल्या. सिदूनं आवाज दिला,

'अरे, कोन हाय ?'

खालून आवाज आला.

'दोर सोडा, दोरऽऽ'

तो आवाज ऐकून सिदूच्या अंगावर काटा उभा राहिला. त्यानं बारगिराला पिटाळलं.

परत खालून आवाज आला,

'दोर सोडा, दोरऽऽ'

'उबा ऱ्हा !'

तटावर पाच-पन्नास धारकरी गोळा झाले. त्यांत त्र्यंबक भास्कर पण होते. किल्लेदार त्र्यंबक भास्करनी आज्ञा दिली,

'दोर टाका ! बघू, काय हाय, ते.'

सिदूनं दोराचं वेटोळं तटाखाली फेकलं. दोराचं टोक सिदूच्या हातात होतं. तो ओरडला,

'दोर आला, होऽ'

दोराला हिसके बसताच सिदू म्हणाला,

'दोर पकडा.'

दोघं बारगीर पुढं झाले. तटाला पाय देऊन सर्व ताकद लावून ते दोर धरून उभे होते. दोराला ओढ लागत होती. ती ओढ हळूहळू वाढत होती. शेवटी तटावर एक हात आला. बारगीर पुढं झाले. त्यांनी त्या माणसाला तटावर घेतला. त्र्यंबकजींनी विचारलं,

'आणि कोण आहे ?'

तो थकला इसम म्हणाला,

'कोन न्हाई.'

मशालीच्या उजेडात त्र्यंबकजी त्या माणसाला न्याहाळत होते. त्याचा वेष साधूचा होता. गळ्यात रुद्राक्षाच्या माळा होत्या. अनेक ठिकाणी त्याचं अंग खरचटलं होतं.

'कोण तू ?' त्र्यंबकजींनी विचारलं.

'साधू महाराज !' तो म्हणाला.

'मग अपरात्री या वाटेनं का आलास ?'

'दिवसा येण्याची परिस्थिती ऱ्हायली न्हाई. याखेरीज दुसरी वाट नव्हती. मला राजांच्या म्होरं उभा करा.'

'तर ! मानकरीच तू ! म्हणे, राजांच्यासमोर उभं करा ! राजे सुख करताहेत.'

'मग त्यांना उठवा ! नाही तर...'

'नाही तर काय ?' त्र्यंबकजींनी विचारलं.

'राजे आपल्यावर रागवतील.'

त्या संन्याशाच्या धिटाईनं त्र्यंबकजी गोंधळले. संन्याशासह ते वाड्याकडं चालू लागले.

राजांना जागं करण्यात आलं. ताडकन पलंगावरून उतरत राजांनी विचारलं,

'काय आहे ?'

'किल्लेदार आलेत. त्यांनीच उठवायला सांगितलं.'

'पाठव त्यांना.'

त्र्यंबकजी आत आले. राजांना म्हणाले,

'गडावर एक संन्याशी आला आहे.'

'कसा आला ?' राजांनी करड्या आवाजात विचारलं.

'तटाखाली दोर सोडून त्याला घ्यावं लागलं. आपल्यासमोर हजर करा, असं तो म्हणतो.'

'घेऊन या त्याला.'

संन्याशी आणला गेला. त्याला पाहताच राजांच्या मुखावर समाधान पसरलं. राजे त्र्यंबकजींना म्हणाले,

'तुम्ही जा. विश्रांती घ्या.'

'पण, महाराज...'

राजे हसले. ते म्हणाले,

'त्र्यंबकजी हा संन्याशी नव्हे. हा आपला महादेव. त्याला तुम्ही ओळखला नाही. तुम्ही निर्धास्तपणे जा.'

आश्चर्यचकित झालेले त्र्यंबकजी संन्याशाकडं पाहत निघून गेले. राजांनी आपली संदूक उघडून आपले कपडे महादेवाच्या हातात दिले.

'हे कपडे घाल. तोवर आम्ही आलो.'

राजे बाहेर गेले. देवडीवरची धुमी प्रज्वलित करायला सांगून राजे परत आले. तोवर महादेवनं कपडे बदलले होते. महादेवसमवेत राजे देवडीवर आले. धुमी प्रज्वलित झाली होती. तिथं अंथरलेल्या घोंगड्यावर दोघे बसले. राजे म्हणाले.

'बोल...'

'मासाहेब आपल्या काळजीत आहेत. नेताजी हरल्यापासून त्यांच्या जिवाला चैन नाही.'

राजांनी नि:श्वास सोडला. त्यांनी विचारलं,

'आणि शास्ताखान ?'

'त्यानं पुण्यात तळ ठोकला आहे. ऐंशी हजारांची फौज घेऊन तो उतरला आहे.'

महादेव आणि राजे बोलत होते. दिवस केव्हा उजाडला, हेही त्यांना कळलं नाही.

सकाळी बाजी, फुलाजी सदरेवर आले. राजांना मुजरा करून बाजींनी विचारलं,

'राजे, काल रात्री तटावरून महादेव आला, म्हणे...'

'हो !'

'पण एवढ्या वेढ्यातून तो आला कसा ?'

'ते त्यालाच विचारा.' राजे हसून म्हणाले. राजांनी हाक मारली, 'महादेव !'

'जी !' म्हणत महादेव बाहेर आला.

बाजी पुढं झाले. त्यांनी महादेवच्या खांद्यावर हात ठेवून विचारलं,

'महादेव, काल रात्री खरंच तू वेढ्यातून आलास ?'

'मी काय पाखरू आहे उडून यायला ?'

सारे हसले.

'पण एवढा कडक वेढा ! मुंगीलाबी शिरकाव होणार नाही.' फुलाजी म्हणाले,

'मुंगीला काय...मनात आणलं, तर हत्तीबी ईल...'

'हत्ती ?' बाजी उद्गारले.

'हां हत्ती ! मावळतीच्या बाजूला दऱ्याखोरी हाईत. दाट रानानं भरलेला तो मुलूख हाय. रेड्याची मुसंडी घेत दरीतनं ओढं पळत्यात. तिथं कोन मरायला जाणार ? मेट्या हाईत डोंगरावरच्या टोकावर. ह्या उपऱ्यांस्नी त्या वाटा कशा समजणार ?'

'अरे, पण तटावरून यायची काय गरज होती ? राजदिंडीचा दरवाजा नव्हता का ?' बाजींनी विचारलं.

महादेव शरमला. तो म्हणाला,

'धुकं लई दाट. काय दिसंना झालं. वाट चुकली आणि सरळ तटाखाली आलो.'

'छान केलंस !' राजे म्हणाले, 'तरी बरं; वाट चुकून कुठं सिद्दीच्या छावणीत दाखल झाला नाहीस.'

सारे परत हसले. सदरेवरचे सारे राजांच्या आज्ञेनं उठून आत गेले. बराच वेळ सर्वांच्यासह ते बोलत बसले होते.

बाहेर अखंड पावसाच्या धारा ओतत होत्या. सोसाट्याचा वारा गडावर घोंघावत होता.

❏

सदर महालात अहोरात्र खलबतं चालू होती. दिवसा, रात्री, भर पावसातून, धुक्यातून महादेव धारकऱ्यांच्यासह बाहेर पडत होता. माघारी येत होता.

—आणि एके दिवशी गंगाधरपंत तहाचा खलिता आणि पांढरं निशाण हाती घेऊन मोजक्या धारकऱ्यांनिशी गडाखाली तहासाठी उतरले.

सिद्दी जौहरनं त्यांचं स्वागत केलं. अभय मिळाल्यास, आपण सारे किल्ले

शरण करून बादशहाच्या सेवेस हजर राहण्यास तयार आहोत, असं राजांनी सिद्दीस कळविलं होतं.

वादळ-वाऱ्यात, उभ्या पावसात सापडलेल्या सिद्दीच्या छावणीला ती बातमी आनंददायक वाटली. तहाची बोलणी सुरू झाली. गंगाधरपंत गडावरून सिद्दीच्या छावणीपर्यंत येरझाऱ्या घालीत होते - आणि शेवटी राजांनी सिद्दीची भेट घेण्याचं ठरवलं.

राजांनी सकाळच्या वेळी बाजींना बोलावून घेतलं. बाजी येताच ते स्मित वदनानं म्हणाले,

'बाजी, आम्ही दोन दिवसांनी सिद्दीच्या भेटीला जाणार. या असल्या वादळी हवेत, भर पावसात आमच्या या सैनिकांनी निष्ठेनं पहारा ठेवला. त्यांना मानाचे विडे द्यायला आम्ही जायला हवं !'

'आपण जाणार ?' बाजींनी विचारलं.

'हो !' राजांनी हाक मारली, 'शिवाऽ'

आतून शिवा बाहेर आला. बाजी थक्क होऊन शिवाकडं पाहत होते. राजांचे कपडे त्यानं परिधान केले होते. मस्तकी जिरेटोप होता. कपाळी शिवगंध होतं. शिवाच्या रूपानं राजांचं दुसरं रूप साकार झालं होतं.

राजे म्हणाले,

'बाजी, या शिवाजी राजांच्या समवेत तुम्ही जा. सैनिकांना, मानकऱ्यांना मानाचे विडे देऊन माघारी या.'

बाजी हसले. त्यांना सर्व समजलं.

थोड्याच वेळात राजांचा विश्वास घोडा उभा केला गेला. शिवाबरोबर जाणारे शिबंदीचे घोडे तयार होते. शिवानं राजांना मुजरा केला आणि तो सदरेवर आला. पण राजे बाहेर आले नाहीत. शिवापाठोपाठ बाजी चालत होते. शिवानं विश्वास घोड्यावर मांड टाकली आणि बाजींच्यासह ते अश्वपथक चार दरवाज्याकडं जाऊ लागलं.

पाऊस थांबला होता. धुक्याचे लोट गडावरून वाहत होते. दोन प्रहरच्या वेळी शिवासह बाजी परत आले. वाड्यात येताच राजांनी शिवाला विचारलं,

'मानाचे विडे दिले ?'

'जी !'

बाजी हसत म्हणाले,

'राजे, हा शिवा खरा सोंगाड्या आहे. आपल्या माणसांना तर विडे घेताना बहुमान वाटला. एवढंच नव्हे, तर गडाखाली उतरत असता आमच्या माणसांनी ह्याला ओळखलं नाही. सारे मुजरे करीत होते आणि हा घोड्यावरून मान तुकवून मुजऱ्यांचा स्वीकार करीत होता.'

'जसं सोंग, तसा रिवाजऽऽ' राजे शिवाला म्हणाले, 'शिवा, ते कपडे व्यवस्थित ठेव. कुणास माहीत, त्याची गरज केव्हा लागेल, ती !'

हे बोलत असता राजांच्या मुखावर सदैव विलसणारं स्मित लुप्त झालं होतं.

❒

रात्री सदर महालात खास बैठक भरली होती. त्र्यंबकजी, बाजी, फुलाजी, महादेव, शिवा न्हावी, गंगाधरपंत एवढीच मंडळी तिथं होती. राजे सांगत होते,

'बाजी, पन्हाळा खूप महिने लढवता येईल, हे खरं. पण तेवढी उसंत आम्हांला नाही. शाईस्तेखानाचं संकट पुण्याच्या उंबरठ्यावर आलं आहे. हा पावसाळा संपला की, गारठलेली सिद्दी जौहरची फौज ताजीतवानी होईल. नंतर वेढा लढवणं एवढं सोपं जाणार नाही.'

बाजी विश्वासानं बोलले,

'त्याची चिंता नसावी, राजे. महादेवनं शोधलेली वाट सुखरूप आहे. काल महादेव परत जाऊन आला. पश्चिमेच्या दोन मेटी पातळ आहेत. डोंगराच्या कडेकडेनं जावं लागेल.'

'आणि शत्रू सावध झाला, तर ?....' त्र्यंबकजी म्हणाले.

'शत्रू सावध झाला, तर.... जाग्याला कापून काढू.' बाजींची छाती रुंदावली होती.

'तेही जमेल !' राजे म्हणाले, 'पण खेळणा वीस कोस दूर. शत्रूनं गाठायच्या आधी तो गड जवळ करता येईल ?'

'राजे !' बाजी म्हणाले, 'फक्त वेढ्यातून बाहेर पडू या. पुढं खेळणा गाठायची जबाबदारी आमची !'

राजांची नजर गंगाधरपंतांच्याकडं वळली. ते म्हणाले,

'पंत ! सिद्दी जौहरसाठी आमचा खलिता तयार करा. त्यात लिहा : 'सलाबत खानानं मध्यस्थी करून अली शहांच्याकडं रदबदली करावी; म्हणजे आम्ही आपलं सर्वस्व त्यांच्या चरणी अर्पण करू.' आणि सिद्दी जौहरना सांगा की, आमच्या जीविताची हमी दिली, तर आम्ही आनंदानं त्याच्याशी दिलखुलास वाटाघाटीसाठी त्याच्या छावणीत हजर होऊ.'

दुसरे दिवशी पहाटेपासून बाजी, फुलाजी, यशवंत, बांदल मावळे निवडत होते. सदर महालासमोर दोन पालख्या सज्ज केल्या जात होत्या. त्या महालाकडं कोणीही फिरकू नये, असा पहारा जारी केला होता.

पावसाची उघडीप मिळताच गंगाधरपंत राजांचा खलिता घेऊन पांढऱ्या निशाणासह गडाखाली उतरले.

सिद्दी जौहरच्या छावणीत शिवाजीची माणसं पांढरं निशाण घेऊन येत असल्याची बातमी गेली. सिद्दी जौहर, फाजलखान, मसूद सारे गंगाधरपंतांची वाट पाहत होते.

गंगाधरपंत डेऱ्यात आले. अत्यंत नम्रतेनं त्यांनी सिद्दीच्या हाती खलिता दिला. सिद्दीनं तो खलिता शेजारच्या दुभाष्याकडं दिला. खलित्याचा मसुदा समजताच सिद्दी जौहर म्हणाला,

'ठीक है ! राजासाब यहाँ कब हाजिर होंगे ?'

'आपण राजांच्या जीविताची हमी दिली, तर राजे उद्या आपल्यासमोर हजर होतील.'

'आम्ही जरूर हमी देऊ.' सिद्दी जौहर म्हणाला, 'पण राजासाब त्यावर विश्वास ठेवतील ?'

'का नाही ?' गंगाधरपंत म्हणाले.

'आणि दगा झाला, तर ?'

'अशक्य !' गंगाधरपंत म्हणाले, 'दगा होणार नाही, याचा राजांना पुरा विश्वास आहे.'

'मतलब ?' सिद्दीनं विचारलं.

'राजे, हे फर्जंद शहाजीराजांचे सुपुत्र आहेत. राजांच्या केसाला जरी धक्का लागला, तरी शहाजी राजांना हे सहन होणार नाही.'

सिद्दी जौहरला गंगाधरपंतांचं भाषण ऐकून कौतुक वाटत होतं. तो म्हणाला,

'बिलकुल दुरुस्त ! आम्हांला तुमच्या राजांच्या सावधगिरीचं जरूर कौतुक वाटतं. राजांना सांगा, त्यांच्या भेटीगाठी आम्ही उतावीळ आहोत.'

सिद्दी जौहरनं जरी वस्त्रं, विडे देऊन गंगाधरपंतांना सन्मानित केलं. आणि गंगाधरपंत गडाकडं जायला निघाले.

गंगाधरपंत निघून जाताच, रागानं उसळलेला फाजलखान म्हणाला,

'येऊ दे तो शिवा ! ज्यानं माझ्या आब्बाजानची कत्तल केली, त्याला मी जिंदा सोडणार नाही.'

सिद्दी जौहरची तिखट नजर फाजलवर गेली. सिद्दी म्हणाला,

'हां, फाजल ! ही माझी छावणी आहे. माझ्या हुकमाखेरीज इथं गवताची काडीही हलता उपयोगी नाही.'

'लेकिन...'

'फाजल ! त्या शिवाला दरबारात हजर करणं, एवढंच माझं काम आहे. तो दरबारी गेल्यानंतर तुम्ही आणि दरबार हवा तो निर्णय घ्या.'

'तो शिवा एवढा सरळ नाही. आब्बाजानला त्यानं असंच फसवलं होतं.'

सिद्दी जौहर मोकळेपणानं हसला. त्याच्या हरण्यान सारा डेरा भरून गेला. सिद्दीचा आवाज उठला,

'फाजलखान ! त्या भेटीत आणि ह्या भेटीत फार फरक आहे. इथं सिद्दी जौहर आहे आणि तो अफझलखान होता. त्या वेळी तुझे आब्बाजान मूर्खपणानं,

एकटे शिवाजीला भेटायला त्याच्या गोटात गेले होते. उद्या शिवाजी आमच्या गोटात येतो आहे...'

शिवाजी राजे उद्या छावणीत येणार, या वार्तेनं सिद्दी जौहरच्या वेढा आनंदित झाला.

वेढ्याचा ताण ढिला पडला.

विजापूरच्या दरबारातलं आपलं स्वागत रंगवण्यात सिद्दी जौहर मशगूल झाला होता.

बाहेर उभा पाऊस कोसळत होता.

❐

गंगाधरपंत गडावर आले. सदरमहालात राजे त्यांची वाट पाहत होते. गंगाधरपंतांना पाहताच राजांनी विचारलं,

'बोला, गंगाधरपंत !'

'राजे, आपल्या भेटीच्या वार्तेनं सिद्दी समाधानी बनला आहे. फाजल मात्र संतप्त दिसत होता.'

'त्यात चूक काय आहे ? अफझलचा वध आम्ही केला, हे सदैव त्याला डाचत राहीलच.' राजांनी सांगितलं, 'पंत, आम्ही उद्या सिद्दीच्या भेटीला जाणार, ही बातमी गडावर पसरू द्या. योजल्याप्रमाणे पार पडलं, तर आम्ही या वेढ्यातून बाहेर पडू. नाही जमलं, तर सिद्दीच्या भेटीला जावं लागेलच !'

'राजे !' बाजी म्हणाले, 'आपल्या आखल्या बेतात एक तसूभर जरी कस राहिला असता, तरी मी ही जबाबदारी घेतली नसती. खेळणा गड मोकळा आहे. आपल्याला खेळणा गडावर पोहोचवण्याची जबाबदारी माझी.'

'बाजी ! ती आम्हांला कधीच शंका नव्हती. पण कुठलाही बेत करताना अरिष्टांची चिंता राहावी, म्हणून आम्ही ते बोललो.'

'राजे ! अरिष्ट कोसळू नये, म्हणून तर आम्ही आपल्या भोवती गोळा झालो. येणारं संकट आम्ही आनंदानं पेलू.' बाजींनी सांगितलं.

'बाजी, हा खेळ आम्ही आमच्यासाठी मांडला नाही. आम्ही या कारणी हरवलो, तरी हा डाव असाच चालू राहिला पाहिजे. ती जबाबदारी तुम्ही पेलायला पाहिजे.'

मध्यान्हीचा सूर्य ढळला, तरी कुणाला जेवणा-खाण्याची जाणीव राहिली नव्हती. बाजींनी आपली माणसं निवडली होती. त्र्यंबक भास्कर, गंगाधरपंत, राजांच्या संगती जाणारं दळ, सामान यांची देखरेख करीत होते.

सायंकाळी राजे सदर महालातून बाहेर आले. सज्जाकोठीच्या समोरच्या छपरीत दोन पालख्या सजल्या होत्या. राजांनी बाजींना विचारलं,

'बाजी, पालखी कशाला ?'

'आपल्यासाठी !'

'नाही, बाजी. आम्ही तुम्हां सर्वांच्या संगती चालत जाऊ.'

'क्षमा असावी, महाराज !' बाजी म्हणाले, 'वाट बिकट आहे. पल्ला दूरचा आहे. काळोखातून जावं लागेल. ते आपल्याला झेपणार नाही.'

'तुम्ही म्हणाल, ते खरं !' राजे पालखीकडं पाहत विचारते झाले, 'पण दोन पालख्या कशाला ?'

'एक आपल्यासाठी. आणि....'

'आणि ?'

'दुसरी शिवा न्हाव्यासाठी !'

'शिवा !' राजे उद्गारले.

'हो ! प्रसंग पडला, तर शिवा न्हाव्याची पालखी सिद्दीच्या तळावर जाईल. आपलं रूप घेऊन.'

राजे बाजींच्याकडं पाहतच राहिले, आपला सारा उद्वेग संयमित करीत राजे म्हणाले,

'बाजी, कसला अघोरी खेळ खेळता हा !'

'राजे !' बाजी धिटाईनं म्हणाले, 'आपली जबाबदारी मी पत्करली आहे. तुम्हीच सांगितलं की, हा डाव मांडला, तो तुमच्यासाठी नव्हे. तो पुरा करायचा झाला, तर तुम्ही राहिलं पाहिजे. आपण सुखरूपपणे खेळण्यावर पोहोचणं एवढीच ही कामगिरी आहे.'

'जेवढी तुमची कामगिरी सरळ आहे, तेवढी आमची नाही, याचंच दुःख आम्हांला फार आहे.' राजे कातर होऊन बोलले.

'राजे ! आमचं काही चुकलं का ?' बाजी म्हणाले.

'नाही, बाजी ! तुम्हांला आम्ही वडिलकीचा मान दिला, तो आम्हांला पाळायला हवा. तुमची आज्ञा आम्ही कधीही डावलणार नाही.'

राजे सदर महालाच्या दुसऱ्या मजल्यावर निघून गेले.

बाजी एकटे सदर महालाच्या खालच्या दिवाणखान्यात उभे होते. त्यांनी शिवा न्हाव्याला हाक मारली. शिवा न्हावी आला. बाजी त्याला आलेला पाहताच बेचैन बनले.

शिवानं विचारलं,

'का, बाजी, का बोलवलंत ?'

बाजी म्हणाले,

'एक जोखमीची कामगिरी आहे. करशील ?'

शिवा हसला. म्हणाला,

'धनी, जोखीम सांगितली आणि ती पाळली नाही, असं कधी झालं ?'

'एवढी सोपी जोखीम नाही ही !' बाजी म्हणाले, 'प्रसंग आला, तर जीव गमवावा लागेल. चालेल ?'

शिवाच्या चेहऱ्यावर तेच हास्य होतं. त्यानं सांगितलं,

'जीव ! त्याची बढाई कशाला सांगता ? कवाबी मरायचं नव्हं ? पन जीव ओवाळून टाकावं, असं कुणीतरी भेटायला हवं !'

'तुझ्याच नशिबी ते भाग्य आहे.' बाजी म्हणाले, 'रात्री राजांना घेऊन आम्ही गडाबाहेर जाणार आहोत. तुला दुसरे राजे बनायला हवं. दुर्दैवानं राजांची जाग मेटेकऱ्यांना लागली, तर तुला राजे बनून सिद्दीच्या छावणीवर जावं लागेल. राजे वेढ्याबाहेर जाईपर्यंत तुला सिद्दीला गुंतवावं लागेल. आहे तयारी ?'

'असली संधी कोन सोडंल ? आता बेत बदलू नका. ती जोखीम माझी.' शिवा म्हणाला.

'शाबास, रे वाघा !' म्हणत बाजींनी शिवाला मिठी मारली. 'मला खात्री होतीच.' कोपऱ्यातल्या मंचावर ठेवलेल्या कपड्यांकडं बोट दाखवत बाजी म्हणाले, 'राजांचे कपडे ठेवले आहेत. ते अंगावर चढव.'

शिवाने राजांचा पोशाख चढवला. अंगरख्याचे बंद बांधत असता बाजी आत आले. आपल्या हातानं त्यांनी शिवाच्या मस्तकी जिरेटोप घातला. चार पावलं मागं सरकून ते शिवाचं रूप बघत होते.

'छान !' बाजी समाधानानं म्हणाले, 'ज्यांनी राजांना जवळून पाहिलं नाही, त्यांना तू राजेच वाटशील.'

बाजींनी शिवाला दुशेला बांधला. दुशेल्यात कट्यार, तलवार खोवली. आणि त्याच वेळी गंगाधरपंत आत आले. शिवाला पाहताच त्यांनी हात जोडले.

बाजी, शिवा हसले. शिवाकडं पाहताच गंगाधरपंत उद्गारले,

'कोण.... तुम्ही... तू....'

'काय पंत ! सोंग सजलं ना ?'

'बेमालूम !' पंत म्हणाले, 'एकदम राजांचा भास होतो.'

'शिवा, सोंग उभं राहिलं. पण तुझी भाषा ! ते कसं जमणार ?'

शिवानं कमरेवर मूठ ठेवली. बाजींकडे पाहत तो म्हणाला,

'बाजी, तुम्हांला शंका का यावी ? पंत, आमच्या आज्ञेप्रमाणे खलिता रवाना झाला ना ? आमच्या आज्ञेत कुचराई झाली, तर अक्षम्य गुन्हा ठरेल. ध्यानी घ्या !'

पंत आणि बाजी आश्चर्यानं शिवाचं बोलणं ऐकत होते.

पंत म्हणाले,

'बाबा, रे ! हे केव्हा पाठ केलंस ?'

'आता राजांच्या संगती राहून येवढंबी येत न्हाई ?' शिवानं सवाल केला.

'येतं, बाबा, येतं !' बाजींनी सांगितलं, 'पंत, आजवर ज्ञानेश्वरांनी रेड्यामुखी वेद वदवला, हे खोटं वाटत होतं. आज ते पटलं.'

दोघं मोठ्यानं हसले. शिवानं विचारलं,

'मला समजलं न्हाई.'

'नाही समजलं, तेच बरं !' बाजी शिवाच्या पाठीवर हात फिरवत म्हणाले, 'वरच्या महालात राजे आहेत, त्यांना मुजरा करून ये.'

वरच्या महालाशी शिवाचे पाय अडखळले. त्याचं मन संकोचलं होतं.

राजे महालात उभे होते. पावलांचा आवाज ऐकताच ते वळले. त्यांनी हाक दिली,

'कोण आहे ?'

शिवानं आत पाऊल टाकलं आणि राजांना मुजरा केला. राजांना आपण आपली प्रतिमाच पाहतो, असा भास झाला. शिवाकडं पाहत ते म्हणाले,

'शेवटी, बाजींनी आपला हट्ट पुरा केला, तर... शिवा, शिवाजी होणं इतकं सोपं नाही. कदाचित तुझ्यामुळं आम्ही सुटून जाऊ. पण तू सुटणं कठीण. त्या कर्दनकाळ सिद्दीच्या हातांत आपसूक सापडशील तू. तुला कोणी दया दाखवणार नाही. त्याचाच विचार आम्ही करीत आहो.'

शिवानं राजांचे पाय धरले. तो म्हणाला,

'राजे, आता विचार करू नका. भवानीची आण आहे तुम्हांला. तुम्ही राहिला, तर माझ्यासारखे लाख शिवा जन्माला येतील. तुमच्या कारणी जीव पडला, तर जन्माचं सोनं होईल.'

राजांनी शिवाला उभं केलं. एक निःश्वास सोडून ते म्हणाले.

'ठीक आहे. जे आपल्या नशिबी असेल, ते होईल. जा, शिवा. आम्हांला एकटं राहू दे.'

शिवा वळला. तोच राजांची हाक कानांवर आली,

'शिवा थांब !'

राजांनी आपली संदूक उघडली. त्यातली एक कवड्याची माळ काढली. आपल्या गळ्यातला मोत्याचा कंठा त्यांनी शिवाच्या गळ्यात घातला आणि कवड्यांची माळ त्याच्या गळ्यात घालत ते म्हणाले,

'शिवा, तो सिद्दी जौहर कशानं फसला नाही, तरी ही कवड्यांची माळ बघून फसेल. हे भोसल्यांचं खरं लेणं. भवानीचा प्रसाद. देवीच्या भक्ताची खूण. हिला कमीपणा आणू नको.'

राजांनी शिवाला मिठीत घेतलं. त्यांना अश्रू आवरत नव्हते.

शिवा म्हणाला,

'महाराजऽ'

त्याला मिठीतून दूर करीत, हात हलवत राजे भरल्या आवाजात म्हणाले,

'तू जा ! आम्हांला एकांत हवा.'

पाठमोऱ्या राजांना मुजरा करून शिवा महालाबाहेर गेला. राजे भारल्यासारखे त्याच जागी खिळून होते.

कसली माणसं तयार केली आम्ही ?

आमच्यासाठी मरू जाणारे जीव का शोधत होतो ?

त्याचसाठी का हा स्वराज्याचा पट मांडला ?

या पटावरची मोहरी अशीच उधळायला लागली, तर आमचा डाव साधणार कसा ?

राजे ! असला दुसऱ्या जिवाशी खेळ खेळण्याचा तुम्हांला काही अधिकार नव्हता !

अधिकार ?

कुणाचा ?

कोणी कुणावर गाजवायचा ?

अधिकार गाजवतात बाजी.

हा शिवा आग्रह धरतो.

एवढं स्वस्त मरण कोणी केलं नसेल, ते ही माणसं करताहेत.

या राजेपणाचा वीट येतो, ते याचमुळं !

राजांना काही सुचत नव्हतं. ते तसेच मंचकाजवळ गेले आणि त्यांनी स्वत:ला मंचकावर झोकून दिलं.

❐

आषाढी पौर्णिमेचा दिवस असूनही दाट धुक्यामुळं चांदणं जमिनीवर उतरत नव्हतं. घोंगावणारं वारं गडावर थैमान घालत होतं. कोणत्या क्षणी पाऊस कोसळेल, याचा भरवसा नव्हता.

सज्जा कोठीत राजे आपल्या साथीदारांसह बसले होते. राजांनी विचारलं,

'किती सांगाती निवडलेत ?'

'राजे ! संगती सहाशे धारकरी आहेत. दोन पालख्यांसाठी तीस चक्री भोई आहेत. त्यांखेरीज सामान नेण्यासाठी दहा जण आहेत. पुऱ्या वाटेवर जबाबदार माणसं पेरली आहेत. आपण मुळीच चिंता करू नये.'

'बाजी ! तुमच्यासारखी भावंडं असल्यावर काळजी कसली ?' राजे म्हणाले.

सदर महालाच्या आजूबाजूला असलेल्या छपऱ्यांतून सारे धारकरी बसले होते. नाचण्याची भाकरी आणि झुणका साऱ्यांना वाढला जात होता. गडावर रात्र उतरली. रात्र वाढत होती. मशाली, टेंभे, पलोते जळत होते. स्वप्नामध्ये वावरावे, तसे सारे दाट धुक्यातून वावरत होते. वादळी वारा अंगावर काटा उभा करीत होता. पण त्याची जाणीव कुणालाही राहिली नाही.

एक प्रहर रात्र उलटली आणि महादेव राजदिंडीच्या वाटेनं गडावर आला. त्यानं बाजींना एकच सांगितलं,

'चला !'

राजे सदर महालाबाहेर येताना त्र्यंबकजी व गंगाधरपंतांना म्हणाले,

'त्र्यंबकजी, गड लढवता येईल, तेवढा लढवा. जीव राखून शत्रू सामोरे जा. प्रसंग पडला, तर बेलाशक गड शत्रूच्या हवाली करा.'

'गड शत्रूच्या हवाली करा ?' त्र्यंबकजी म्हणाले, 'मग आम्ही किल्लेदार कसले ?'

'असला खोटा अभिमान बाळगू नका. पंत, तुम्ही असला, तर दहा गडांची किल्लेदारी देता येईल. पन्हाळा आज आपल्या हातून गेला, तर त्याचं दुःख कसलं ? परत तो घेता येईल. विवेक सोडून काही करू नका.'

राजे सदर महालाबाहेर आले. राजांच्या संगती मशालधारी चालत होते. पालखीत बसण्याआधी राजे थांबले. त्यांनी पाठीमागच्या पालखीकडं पाहिलं. राजांच्या वेषात मागं शिवा उभा होता. शिवा पुढं झाला. त्यानं राजांच्या पायाला हात लावून वंदन केलं. राजांनी शिवाला मिठी मारली. राजांना काही बोलवत नव्हतं. शिवाच्या पाठीवरून हात फिरत होते.

बाजी म्हणाले,

'राजे ! वेळ नको. पालखीत बसावं.'

राजे पालखीत बसले. पालखी उचलली गेली. पाठीमागच्या पालखीसमोर शिवा उभा होता. बाजींनी सांगितलं,

'बैस.'

'नको, मी चालतो.'

'बैस म्हणतो ना ! पाऊस केव्हा कोसळेल, हे सांगता येणार नाही. तू भिजता कामा नये.'

दोन्ही पालख्या उचलल्या गेल्या. दुतर्फा धारकरी चालत होते. पावसाळी चिखलाची वाट असल्यानं, कुणाच्याही पायांत वहाण नव्हती. अनवाणी पावलांनी सारे चालत होते. उत्तरेचा राजदिंडीचा दरवाजा आला. सोबतीला आलेले मशालकरी थांबले. दिंडी दरवाज्यापर्यंत पोहोचवायला आलेले गंगाधरपंत व त्र्यंबकजी यांना राजे म्हणाले,

'त्र्यंबकजी, आम्ही येतो. गड सांभाळा.'

बाजी म्हणाले,

'चला.'

दोन्ही पालख्यांवरची अलवानं सोडली गेली. राजांची पालखी सर्वांसह गड उतरत होती.

मशाली केव्हाच मागं पडल्या होत्या. दाट धुक्यातून दोन पालख्या सावरत मावळे धावत होते.

❒

गडाच्या पायथ्याशी सारे आले आणि पाऊस कोसळू लागला. उभ्या पावसातून चिखल, पाणी तुडवत सारे धावत होते. राजांच्या पालखीच्या दांडीवर हात ठेवून बाजी पळत होते. कवारखिंड नजीक आली. कवारखिंडीच्या दोन्ही बाजूंच्या डोंगरांवर सिद्दीचे मेटे होते, याची साऱ्यांना कल्पना होती. ते मेटे ओलांडले की, पुढची वाट सुखरूप होती. कवार खिंडीतला ओढा खळाळत वाहत होता. दाट रानानं भरलेल्या त्या मुलुखातून डोंगरकडेनं दोन्ही पालख्या जात होत्या.

त्याच वेळी आवाज उठला,

'हुश्शारऽऽ.... कौन है ?'

बाजी म्हणाले,

'चला ! थांबू नका.'

राजांची पालखी पळवली जात होती. राजांची पालखी पुढे गेली आणि डोंगरावरून मशाली खाली उतरू लागल्या. बाजींनी धारकऱ्यांना इशारत दिली. पाच-पंचवीस धारकरी दोन्ही बाजूंच्या रानात शिरले आणि काही वेळातच घोंगावणाऱ्या वाऱ्यातून, दाट धुक्यातून आर्त किंकाळ्या उठल्या,

'दगा ऽ दगा ऽऽ'

बाजी शिवाच्या पालखीकडं धावले. पालखी क्षणभर थांबली. बाजी म्हणाले,

'शिवा, आता तुझी वाट वेगळी.'

भर अंधारात कुणी कुणाला दिसत नव्हतं. बाजी अंदाजानं पुढं झाले. त्यांनी शिवाला मिठी मारली. शिवा म्हणाला,

'धनी ! काळजी करू नका ! तुम्हांला राजे मानतात. एकच आशीर्वाद द्या.'

'बोल !' घोगऱ्या आवाजात बाजी म्हणाले.

'मरताना भीती वाटायला नको.' शिवाचे शब्द उमटले.

बाजींना हुंदका फुटला. मन घट्ट करून त्यांनी पालखीवरचं अलवन खाली ओढलं. भोयांना आज्ञा दिली. शिवाची पालखी धारकऱ्यांच्यासह उलट वाटेला लागली.

पुढं गेलेली राजांची पालखी गाठण्यासाठी बाजी आपल्या धारकऱ्यांसह धावू लागले.

◻

'शिवाजी भाग गयाऽऽ ? कौन कहता है, शिवा भाग गयाऽऽ'

सिद्दी जौहर आपल्या पलंगावरून उठत किंचाळला. विझलेल्या साऱ्या मशाली प्रज्वलित करण्यात आल्या. मद्यानं धुंद झालेला सिद्दी नुकताच कुठं निद्राधीन होत होता. तोच शिवाजी पळून गेल्याची बातमी त्याला सांगण्यात आली. संतप्त सिद्दी उभा होता. डोळे आरक्त बनले होते. ज्यानं ही बातमी आणली, त्याचे गाल सिद्दीच्या थपडा-बुक्क्यांनी रंगले होते.

फाजल, मसूद धावत डेऱ्यात आले. सिद्दी जौहरसमोर येताच फाजल म्हणाला,

'तरी मी सांगत होतो....'

'खामोश !' त्याची संतप्त नजर वळताच, फाजलचे पुढचे शब्द घशातच राहिले. सिद्दीची नजर मसूदवर वळली. तो म्हणाला,

'मसूद ! शिवाका पीछा करो ! जिंदा या मुर्दा, त्याला घेऊन आल्या खेरीज, आमच्यासमोर येऊ नका. जाऽऽ'

छावणीची धावपळ उडाली. मसूदनं भर रात्री हजार घोडेस्वार, पायदळ जमा केलं. भर पावसात राजांच्या मागं तो धावू लागला. घोंगावणाऱ्या वादळ-वाऱ्याची, उभ्या पावसाची तमा न बाळगता मसूद त्या चिखल-राडीतून घोडदौड करीत होता. पेटलेल्या शेकडो मशाली अमावास्येला भुतांच्या काड्या नाचाव्यात, तशा नाचत होत्या.

अचानक पुढं गेलेला कोणी तरी किंचाळला,

'दुश्मन ऽऽ'

मसूदला अवसान चढलं. मसूदच्या वाटेनं येणाऱ्या पालखीला गराडा घालण्यात आला. चिंब भिजलेला मसूद पायउतार झाला. पालखीभोवती मशाली आणल्या गेल्या. पालखीचं अलवान उचललं गेलं. स्मितवदनानं बसलेला शिवा सर्वांच्या नजरेत आला.

'शिवाजी राजे !' मसूद उद्गारला.

'हां !' शिवा म्हणाला.

मसूदला काय बोलावं, हे कळेना. आपल्या चेहऱ्यावरून ओघळणारं पाणी निपटत तो म्हणाला, 'आपल्याला छावणीकडं नेण्यासाठी, आम्ही आलो आहोत.'

'आम्ही तिकडंच येत होतो ! ठीक आहे. चलाऽ'

पालखीला मसूदनं गराडा दिला. पालखी सिद्दीच्या तळाकडं चालू लागली.

❒

भर उन्हाळ्यात चक्री वादळ घुमत यावं, तशी शिवाजी सापडल्याची बातमी सिद्दीच्या तळावर आली. शिवाजी पकडल्याच्या आनंदात मसूद छावणीकडं येत होता. सिद्दी जौहर, फाजलखान, सलाबतखान सारे सिद्दीच्या डेऱ्यात शिवाजीला पाहण्यासाठी उत्सुक झाले होते.

मसूद दौडत डेऱ्याजवळ आला. ओलाचिंब झालेल्या मसूदला भिजलेल्याची जाणीव नव्हती. मसूदला पाहताच सिद्दी म्हणाला,

'मसूद ! बहाद्दर हो ! त्या शिवाजीला पकडून आणलंस ना ?'

'जी ! कोणत्याही क्षणात तो शिवाजी हजर होईल.'

'जा, मसूद. पोशाख बदलून ये.'

मसूद गेला आणि डेऱ्यासमोर पालखी आली. पालखीला शेकडो सशस्त्र लोकांचा गराडा पडला होता. चौफेर मशाली धूर ओकत होत्या.

धिप्पाड देहाचा, काळ्या कुळकुळीत रंगाचा, जाड ओठांचा सिद्दी जौहर डेऱ्यासमोर आलेल्या पालखीकडं पाहत होता. दाट भुवयांखालील त्याचे आरक्त डोळे चमकत होते. आपल्या कुरळ्या केसांवरून हात फिरवीत सिद्दी जौहर पुढं झाला. पालखीतून उतरलेल्या राजांना तो म्हणाला,

'आवो, राजे ! भिजला नाहीत ना ?'

'फारसा नाही.'

बैठकीकडं बोट दाखवत सिद्दीनं सांगितलं,

'बसा, राजे !'

सिद्दी जौहरबरोबर फाजलखान, सलाबतखान होते. आपल्या बापाच्या मृत्यूला कारणीभूत झालेला शिवाजी फाजलखान ताठरलेल्या नजरेनं पाहत होता. सिद्दी जौहरनं सलाबतखान आणि फाजलखान यांची ओळख करून दिली. सिद्दीनं सलाबतच्या कानात काही तरी सांगितलं आणि सलाबत बाहेर गेला.

सिद्दीनं राजांना विचारलं,

'राजासाब ! पळून जात होता ?'

'जमलं, तर पाहावं, हा इरादा होता.'

'तो फिर क्या हुआ ?'

'जमलं नाही.'

सिद्दी ढगांच्या गडगडाटासारखा हसला. म्हणाला,

'राजे, बहाद्दूर आहात. तुमच्या धिटाईचं कौतुक वाटतं.'

'कौतुक ! जौहर !' फाजलखान ओरडला, 'सलतनीच्या या दुश्मनाचं कौतुक कसलं ? तलवारीनं त्याची कत्तल....'

'हां, फाजल ! जुबाँ आवर.' सिद्दी जौहर डोळे फिरवीत म्हणाला, 'शिवाजीराजे हे तुझ्या-माझ्यासारखे सरदार नाहीत. ते राजे आहेत. त्यांचा निर्णय पादशहा सलामत घेतील. आज राजे आमचे मेहमान आहेत.'

त्या प्रकारानं राजांच्या चेहऱ्यावरची रेषाही हलली नव्हती. ते शांतपणे सैल अंगानं आरामात बसले होते.

सलाबतखान डेऱ्यात आला. त्याच्या पाठोपाठ एक मुसलमान सरदार होता. डेऱ्यात येताच त्या सरदारानं सिद्दीला मुजरा केला. राजे त्या सरदाराकडं पाहत होते.

राजांच्या चेहऱ्यावर स्मित उमटलं. निरोपाचे विडे देण्यासाठी आले होते, तेव्हा तो हेर तिथं होता. सिद्दीनं त्या हेराला विचारलं,

'तोहमतखाँ ! तुम्ही यांना ओळखता ?'

'इनको कौन पहचानते नहीं ? ये तो शिवा महाराज हैं !'

'पूरी तरहसे पहचानते हो ?'

'जी, हाँ !' राजांकडं निरखून पाहत तोहमतखाँ म्हणाला, 'अच्छी तरहसे ! ये शिवाजी महाराज हैं !'

'आप जा सकते हैं !' सिद्दीनं आज्ञा दिली.

मुजरा करून तोहमत खाँ गेला. आता सिद्दीच्या मनात कुठलाही संशय राहिला नव्हता. राजांच्या बोलण्यानं तो सावध झाला.

'सिद्दी जौहर ! आपल्याला आमच्याबद्दल शक आला होता ?'

सिद्दी हसला. तो म्हणाला,

'राजे ! माफ करा. पण आम्ही संशयाला जागा ठेवत नसतो. तो आमचा रिवाज आहे. राजासाब, शराब पिओगे ?'

मंचावरचा पेला सिद्दीनं उचलला. रौप्य सुरईतलं मद्य पेल्यात ओतून ते राजांच्या हाती दिलं. पण राजांनी ते ओठाला लावलं नाही.

सिद्दीची शंका दूर झाली होती. राजांचं सावध रूप तो कौतुकानं पाहत होता. तो म्हणाला,

'राजे ! आमचाही शक आला ना ?'

'माफ करा ! पण आम्ही संशयाला थारा देत नसतो.'

सिद्दी खूश होऊन मोकळेपणानं हसला. राजांचं हसणं त्यात मिसळलं होतं. सिद्दीनं विचारलं,

'राजासाब, एक प्रश्न विचारू ?'

'विचारा ना !'

'जमलं असतं, तर कुठं जाणार होता ?'

'खेळणा !'

सिद्दीच्या राकट ओठांवर हसू उमटलं,

'राजे ! तुम्हांला ते जमलं नसतं.'

'का ?'

'का ? आता या क्षणी खेळण्याला आमच्या वतीनं सुर्वे आणि जसवंतराव मालवणकरांनी मोर्चे लावले आहेत.'

राजांचं सोंग घेतलेल्या शिवाचा चेहरा खरकन् उतरला.

खेळणा मोकळा आहे, अशी बातमी होती !

वेढा पडल्याचं समजलं कसं नाही ?

हा सिद्दी काही खेळ तर खेळत नसेल !

बातमी खरी असली, तर राजे, बाजी सुखरूप गडावर पोहोचतील ना ?

'राजे ! कसला विचार करता ?' सिद्दीनं विचारलं.

'काही नाही.' शिवा म्हणाला, 'बरं झालं, आम्ही खेळण्याला गेलो नाही, ते ! रात्र खूप झाली. जरा विश्रांती घ्यावी, म्हणतो.'

'बेशक !' म्हणत सिद्दी जौहर उठला आणि त्याच वेळी हेजीब नेहमीचे रिवाज न पाळता सरळ डेऱ्यात आला आणि सिद्दीच्या कानाला लागला. त्यानं कानात सांगितलेल्या मंत्रानं सिद्दीचं रूप पालटलं. संतापानं बेभान झालेला सिद्दी शिवावर नजर रोखत ओरडला,

'कोण आहेस तू ?'

'मतलब ?' शिवा उसन्या धैर्यानं म्हणाला, 'मी शिवाजी.'

'झूट ! बिलकूल झूट ! तो काफर शिवा केव्हाच पळून गेला.'

'तेही खरं आहे.' शिवा शांतपणे म्हणाला.

'मतलब ?'

'सिद्दी जौहर ! आमचे राजे एवढ्या सहजासहजी शत्रूच्या हाती सापडत नसतात. एव्हाना राजे खूप दूर गेले असतील. आता तुझ्या पंज्यात ते सापडणार नाहीत.'

'पण तू कोण ?' सिद्दीचा संयम ढळत होता.

'माझं नाव शिवाच !' शिवा हसून म्हणाला, 'जरा आडनावात फरक आहे. ते शिवाजीराजे भोसले आणि मी शिवा न्हावी.'

'हजाम ?'

'हां ! हजाम ! नाहीतर आपली एवढी सुरेख मान आपल्या ताब्यात कुणी दिली असती ?'

'दगाऽ' म्हणत फाजल तलवार उपसून शिवाच्या छाताडाला लावत म्हणाला,

'याचा नतीजा माहीत आहे ?'

'ते माहीत नसतं, तर इथं कशाला आलो असतो ? फाजलखान, जिवाची भीती आम्हांला नाही. ती असती, तर पालखीत हीच कट्यार दुशेल्यात खोवली होती ना !'

'ये हिम्मत !' फाजल उसळला.

'हां, फाजल ! आता संतापून काही उपयोग नाही. राजे केव्हाच दूर गेले.'

'हरामखोर !'

'हरामखोर मी नव्हे ! मी माझ्या धन्यासाठी इथं आलो. हरामखोर तू ! बाप मेला, तरी त्याच्याकडं पाठ वळवली नाहीस. मी तसा नाही. सोंगातला का होईना, पण शिवाजी बनलो. बस्स ! जिवाचं सोनं झालं.'

'कंबख्त !' फाजल किंचाळला आणि संतापानं भान हरवलेल्या फाजलनं आपली तलवार शिवाच्या छाताडातून आरपार नेली. तलवार उपसली, तेव्हा ते पातं रक्तानं नहालं होतं.

शिवाचं शरीर विजेसारखं कंप पावत होतं. छाताडात रुतलेल्या तलवारीच्या जखमेतून रक्त उसळत होतं. त्यावर आपला उजवा हात दाबून तोल सावरण्यासाठी शिवानं कनातीची दांडी डाव्या हातानं पकडली. एक विराट हास्य त्याच्या मुखावर अवतरलं. फाजलकडं पाहत तो म्हणाला,

'फाजल ! सोंगातला शिवाजी झाला, म्हणून काय झालं ? तो कधी पालथा पडतो काय ?' एक असह्य वेदना शिवाच्या मुखावर प्रगटली. डोळे विस्फारले गेले. कनातीच्या दांडीला धरून घरंगळत ढासळत असता तो उद्गारला, 'राजेऽऽ, येतोऽऽ मुज...'

'कुत्ता कहीं का !' ढासळलेल्या शिवाकडं पाहत फाजलखान उभा होता. त्याच्या हातात रक्तानं माखलेली तलवार तशीच होती. शिवा न्हावी कनातीची दांडी धरून अंग मुरचडून तसाच बसला होता. मान कनातीच्या दांडीवर विसावली होती. प्राणज्योत केव्हाच नाहीशी झाली होती. पण छातीतून पडणाऱ्या रक्ताचा ओहोळ गालिच्यात टिपला जात होता.

फाजलचे शब्द ऐकताच सिद्दी संतापानं उद्गारला,

'कौन कुत्ता !'

शिवाकडं बोट दाखवत तो म्हणाला,

'येऽऽनहीं, फाजल ! गलत बात करतोस तू ! असा एक जरी इमान बाळगणारा आदमी आदिलशाहीत पैदास्त झाला असता, तर या धुवांधार पावसात पन्हाळ्याला वेढा घालायची पाळी आली नसती. काय या माणसाचं इमान ! जान कुर्बान करून टाकावी, असं वाटतं.'

सलाबतखानानं विचारलं,

'या माणसाबरोबर पालखीसह जी माणसं आली आहेत, त्यांचं काय करायचं ?'

'काय करायचं ?' फाजल हसला, 'कत्तल !'

'फाजल ! तुझा दिमाग बिघडलेला दिसतो. बादशहांनी आमच्या हाती ही मोहीम दिली, हे विसरतोस ! इथं तुला हुकूम देण्याचा अधिकार नाही.'

'मग काय त्यांना सोडणार ?' फाजलनं विचारलं.

'अलबत ! ज्याला पकडायचा, तो केव्हाच सुटला. गरुड निघून गेला. कावळे मारून काय करणार ? फाजल, त्या माणसांची कत्तल केलीस, तर त्याचा नतीजा जाणतोस ?'

'काय होईल ?'

'काय होईल ? काय होणार नाही, ते विचार. त्यातल्या प्रत्येकाची बायको, आई, बाप, मुलं गोतावळा आहे. ती माणसं पिढ्यान् पिढ्याची वैरी बनतील. एका माणसाचं वैर घ्यायला शंभर उभे राहतील. तुझ्या आब्बाजानचा वध झाला, तेव्हा सापडलेले सारे सरदार बाईज्जत शिवाजीनं माघारी पाठविले. ती नुसती दया नव्हती. त्यात फार मोठं शहाणपण होतं.'

सिद्दी जौहर बोलत असता मसूद कपडे करून डेऱ्यात आला. कनातीच्या दांडीला मिठी मारून पडलेला शिवाजी, रक्तानं डागळलेली तलवार घेऊन उभा असलेला फाजलखान पाहून त्याला काय बोलावं, हे सुचत नव्हतं.

मसूदला पाहताच सिद्दीनं आज्ञा केली,

'मसूद ! शिवाजीचा पाठलाग करा. तो पळून जाता कामा नये.'

मसूदला काही कळत नव्हतं. त्यानं पडलेल्या शिवाकडं बोट दाखवलं.

'मूरख ! तो शिवा नाही. अस्सल शिवा केव्हाच पळून गेला. त्याला गाठ. त्याला पकडून आणल्याखेरीज आम्हांला तोंड दाखवू नको. अंधे कहीं के ! जाव ! निकल जाव मेरे सामनेसे !!'

सिद्दीच्या संतापानं भ्यालेला मसूद वळला.

छावणीत धावपळ सुरू झाली आणि काही वेळानं शेकडो घोड्यांच्या टापांचा आवाज उठला.

तुफान वाऱ्या-वादळाची, पाऊस पाण्याची क्षिती न बाळगता कोरड्या कपड्यांनिशी आलेला मसूद परत भिजण्याची चिखला-राडीतून शिवाजीचा शोध घेत दौडत होता.

पहाट होण्याला अवधी होता. नखशिखांत भिजलेले सहाशे धारकरी राजांची

पालखी राखत धावत होते. रुतलेल्या काट्यांची, खुपलेल्या कपारींची जाणीव कुणाला नव्हती. दगडाधोंड्यांतून धावताना अनवाणी पाय जागोजागी रक्ताळत होते. लोहाराच्या भात्यासारखी प्रत्येकाची छाती फुगत होती. धापेचा निःश्वास बाहेर पडत होता. तोंडातून, नाकातून बाहेर पडलेला श्वास वाफेच्या रूपानं उसळत उतरणाऱ्या धुक्यात मिसळत होता. हेलकावे घेणाऱ्या पालखीचा गोंडा धरून राजे पालखीत बसले होते. पालखीवर झाकलेल्या अलवानामुळं राजांना काही दिसत नव्हतं. फक्त बाजींचा आवाज कानांवर येत होता,

'चलाऽऽ'

चला !

कुठं जायचं ?

एका माणसाच्या जिवासाठी धावायचं कुठवर ?

बाजी ! कशासाठी हे कष्ट घेता ?

कोणाच्या स्वार्थापायी ?

—आणि तेही एका माणसाच्या जिवापायी ?

कोणाच्या सत्तेनं आम्ही या माणसांना गुंतवलं ?

कोणत्या अधिकारानं ?

जीवनात अखेरचं मोल असतं, ते स्वतःच्या जिवाचं !

मग त्या जिवाच्या कवड्या यांनी आम्ही मांडलेल्या पटावर का उधळाव्यात ?

कसल्या आणि कुणाच्या भरवशावर ?

बाजी, फुलाजी, तुम्ही स्वामिकार्यासाठी का ह्या अवघड वाटचालीत सामील झालात ?

कोणत्या त्यागापायी ?

हे व्हावं, ही तो श्रींची इच्छा आहे, असं आम्ही म्हणालो.

पण हा महाचंडिकेचा होम धडाडत असता त्याचं पौरोहित्य आमच्या हाती का सुपूर्द केलंत ?

यातून खरं काही साधणार आहे का ?

या पालखीचा वीट येतो !

नशिबानं या संकटातून पार पडलोच, तर....

बाजी, पालखीचा मान तुम्हांला देऊ !

त्या वेळी तुम्हांला कळेल, ही पालखी केवढं सुख देते, ते !

पालखी हेंदकाळत धावत होती.

अचानक पालखी थांबली. मागून नजरबाज धावत आला. तो बाजींना म्हणाला,

'बाजी, पाठलाग होतो आहे.'

सर्वत्र दाट धुकं होतं. बाजी ओरडले,

'थांबू नका, पळा.'

राजांची पालखी धावत होती. वेग वाढला होता. पालखीत तोल सावरणं कठीण जात होतं.

पांढरंपाणी ओलांडून खेळण्याचा पायथा गाठला. गजाखिंडीत पालखी आली आणि पालखी थांबली.

पालखीवरचं अलवान उचललं गेलं. बाजी म्हणाले,

'राजे, उतरा !'

शिवाजी राजे पालखीबाहेर आले. धुक्यानं सारा मुलूख वेढला होता. दोहों बाजूंनी उंच गेलेल्या दरडीतून जाणाऱ्या त्या खिंडीत सारे उभे होते. पहाटेचा समय जवळ येत होता.

'बाजी ! काय झालं ?' राजांनी विचारलं.

'राजे ! दैवानं दावा साधला. खेळणा सुर्व्यांच्या मोर्च्यात सापडलेला आहे, हे आधी कळतं, तर मधल्या वाटेनं आपल्याला राजगडाच्या रोखानं सोडलं असतं. आता तेही जमणार नाही. मागं शत्रू आहे. पुढं वेढा आहे.'

'बाजी ! चिंता करू नका. सुर्व्यांनी मोर्चे लावलेत ना ! ते जरूर आम्ही मोडून काढू.'

'आपण ? नाही, राजे, ते तुम्ही करायला हवं ! पाठलाग करून येणारे गनीम कोणत्याही क्षणी आपल्याला गाठतील. ते आणि सुर्वे यांची हातमिळवणी होता कामा नये.'

'मतलब !'

'राजे, आता उसंत नाही. तीनशे धारकरी घेऊन तुम्ही गड गाठा. आम्ही ही खिंड लढवतो.'

'नाही, बाजी ! तुम्हांला सोडून आम्ही जाणार नाही. जे व्हायचं असेल, ते होऊ दे.'

राजांच्या बोलांनी बाजी कासावीस झाले. त्यांचा चेहरा कठोर बनला. ते म्हणाले,

'राजे ! आता बोलत बसायला फार वेळ नाही. एकदा वडिलकीचा मान दिलात, तो पाळा. गड गाठा !'

'नाही, बाजी ! ते होणार नाही.'

'मला सांगता ? या बाजीला ? राजे, ही सारी फौज माझी, बांदलांची आहे. प्रसंग ओढवून घेतलात, तर तुमच्या मुसक्या आवळून या पालखीतून तुम्हांला जावं लागेल. विंझाईशपत सांगतो, यात तिळमात्र बदल घडणार नाही. राजे बऱ्या बोलानं

गड गाठा !'

राजांना काही सुचत नव्हतं. बाजींचं वेडावलं रूप ते पाहत होते.

क्षणभर रोहिड्याच्या किल्ल्यावर पाहिलेलं बाजींचं रूप राजांच्या नजरेसमोर तरळलं. राजे म्हणाले,

'बाजी, फुलाजी...पण तुम्ही....'

'आमची चिंता करू नका, राजे ! तुम्ही गड गाठा. गडावर जाताच तोफेचा आवाज करा. तोवर एकही गनीम या खिंडीतून आत येणार नाही.'

'बाजी ऽऽ.'

'बोलू नका, राजे ! ही बोलण्याची वेळ नाही. लहान तोंडी मोठा घास घेतला असला, तर क्षमा करा.'

राजांचे डोळे भरून आले. त्यांनी बाजींना मिठी मारली. फुलाजींना कवटाळलं. बाजी म्हणाले,

'राजे ! परत नाही भेटलो, तर आठवण विसरू नका.'

दोघांच्याही अश्रूंचे बांध फुटले. डोळे पुसत बाजी म्हणाले,

'राजे ! आमची लाज राखा. सुखरूपपणे गडावर जा. जोवर तोफेचा आवाज ऐकत नाही, तोवर जिवाला चैन नाही.' बाजींची नजर यशवंताकडं गेली. ते म्हणाले, 'यशवंता, राजांना सांभाळ. त्यांच्यावरची नजर ढळू देऊ नको. राजे, तुम्ही जा.' कठोर आवाजात बाजी ओरडले, 'जा म्हणतो ना !'

राजांना काही सुचत नव्हतं. तीनशे धारकरी गोळा झाले होते. राजांनी पाऊल उचललं; पण बळ येईना. त्यांनी माघारी पाहिलं. बाजी, फुलाजी उभे होते. एखाद्या देवालयाच्या दोन्ही बाजूंना द्वारपाल असावेत, तसे.

'या, राजे !' बाजींनी हात उंचावला.

धुक्याचा एक लोट आला आणि बाजी, फुलाजी दिसेनासे झाले.

राजे खेळण्याकडं चालू लागले होते. गजाखिंड ते खेळणा अंतर दीड कोस तरी होतं.

❐

गजाखिंडीत बाजी आपल्या धारकऱ्यांसह राहिले होते. दाट धुक्यानं माखलेली गजाखिंड पहाटेची विरळ होत होती. वीस कोस धावत आलेले धारकरी धापा टाकीत गजाखिंडीत विसावले होते. गजाखिंडीच्या दोन्ही दरडा दाट रानानं वेढल्या होत्या. अरुंद गजाखिंड दगडधोंड्यांनी व्यापली होती. बाजी सर्वांना म्हणाले,

'आता थोडी विश्रांती घ्या, जरा ताजेतवाने व्हा !'

सारी फौज बाजींच्या आज्ञेन पांगली. वीस कोस धावत आलेल्या त्या

माणसांना भिजल्या अंगाची, थंडी-वाऱ्याची जाणीव राहिली नव्हती. झाडाझुडुपांतून ते विसावले होते. पानांवर पडलेले धुक्याचे थेंब त्यांच्या अंगावर ठिबकत होते. पण वीस कोस धावत आलेल्या वीरांची छाती अजून धापावत होती. दिसेल त्या ठिकाणी ते विसावले होते.

बाजी, फुलाजी एका झाडाखाली थांबले होते. बाजींनी विचारलं,

'भाऊ, आता कसं ?'

'कसं ?' फुलाजी निष्काळजीपणानं म्हणाले, 'आता काम सोपं ! ही चिंचोळी खिंड लढवायला पाच-पंचवीस खूप झाले. केवढी जरी फौज चालून आली, तरी मागं रेटता येईल. फेराफेरानं खिंड लढवू.'

'काळजी वाटते, ती राजांची ! खरंच, भाऊ ! हा सुर्वे इथं बसला आहे, हे माहीत असतं, तर राजांना इथं आणलं नसतं.'

'झालं गेलं, होऊन गेलं. तू चिंता करू नको. आपला राजा देवमाणूस आहे. देव त्याला हजार हातांनी राखेल.'

बाजींनी काही उत्तर दिलं नाही.

पहाट झाली. रात्रभर गारठलेल्या पाखरांनी आपली अंगं झाडली. त्यांच्या चिवचिवाटानं रान गजबजून गेलं. दिवस उजाडला, तशी घोडखिंडीची भयाणता दिसू लागली. दोन्ही बाजूंची दरडं आकाशात चढली होती. त्यांची उतरंडं दाट रानानं भरली होती. खिंडीचा निमुळता रस्ता अजगरासारखा पसरला होता. वाढत्या दिवसाबरोबर धुकं विरळ होत होतं.

बाजींचे सैनिक विसावले असतानाच नजरबाज धावत आला. तो बाजींना म्हणाला,

'बाजी ! गनीम नजीक आला.'

बाजी उठले. त्यांनी साऱ्या मावळ्यांना खिंडीच्या दोन्ही बाजूंच्या रानांत आश्रय घ्यायला सांगितलं. आघाडीची माणसं निवडली. बाजींनी फुलाजींना सांगितलं.

'भाऊ ! तुम्ही तुकड्या पाडा. मी माझी तुकडी घेऊन सामोरा जातो. दमानं खिंड लढवायला हवी. जोवर राजे पोहोचल्याची तोफ कानांवर येत नाही, तोवर एकही शत्रू या खिंडीतून जाता कामा नये.'

बाजी आपल्या मावळ्यांसह गजाखिंडीच्या तोंडाला, झाडीचा आश्रय घेऊन उभे राहिले. घोड्यांच्या टापांचा आवाज क्षणाक्षणाला वाढत होता. बाजींनी हातात पट्टा चढवला - धारकऱ्यांनी ढाल - तलवारी पेलल्या. साऱ्यांचं लक्ष गजाखिंडीच्या वाटेवर लागलं होतं. गजाखिंडीच्या जवळ येऊन मसूदचे घोडदळ पायउतार झालं.

मसूदनं त्वेषानं आरोळी दिली,

'आगे बढोऽऽ'

भर पावसाळी एखादा संतप्त ओढा खळाळत, फेसाळत यावा, तसा मावळ्यांचा लोंढा मसूदच्या फौजेवर तुटून पडला. उठलेल्या 'जय भवानीऽऽ' 'हरहर महादेवऽऽ' च्या गर्जनेत शत्रूचे 'दीन ऽ दीनऽऽ' आवाज लुप्त झाले. बाजी पट्टा सरसावत रणांगणात उतरले होते. आवाज ऐकू येत होता, तो तलवारींच्या खणखणाटाचा आणि आर्त किंकाळ्यांचा. बाजींचा पट्टा विजेसारखा चौफेर फिरत होता. बाजींचं पागोटं केव्हाच पडलं होतं. संजाबावरून रुळणारी शेंडी हेलकावे घेत होती. बेभान झालेले बाजी टिपरी घुमावी, तसे लढत होते. शत्रु– शस्त्रांनी झालेल्या आघातांनी फाटलेल्या वस्त्रावर रक्ताची शिवण चढत होती.

मसूदचे सैनिक त्या माऱ्यानं मागं सरत होते. थकलेले बाजींचे वीर मागं सरकले आणि त्यांची जागा फुलाजी आणि त्यांच्या धारकऱ्यांनी घेतली.

जखमी झालेले बाजी मागं येऊन विसावले होते.

फुलाजी खिंड लढवीत होते.

❐

शिवाजी राजे यशवंत आणि आपल्या मावळ्यांसह दीड कोसावर असलेल्या खेळण्याकडं जात होते. खिंडीतून वर चढलेल्या आणि आपल्या तीनशे धारकऱ्यांसह येणाऱ्या राजांना मोर्चेवाल्यांनी पाहिलं. सुर्व्यांचे आणि पानवलकरांचे पडलेले हजार दीड हजाराचे मोर्चे खेळण्यासारख्या विशाळगडाला अपुरे होते. शेकडो धाराईतांसह गडावर चढणारे धारकरी पाहताच सुर्व्यांच्या मोर्चेवाल्यांनी आपलं बळ एकत्र केलं.

राजांनी हाती पट्टा चढवला होता. राजांच्या संगती तळपत्या तलवारीसह यशवंत धावत होता. राजे आणि यशवंत यांना गराडा घालून धारकरी सुर्व्यांच्या वेढ्याला भिडले.

सुर्व्यांच्या वेढ्याला राजांची गाठ पडली होती.

सुर्व्यांच्या मोर्च्याचे असामी कमी होते. पण ते शर्थीनं लढत होते. राजे पट्टा चालवत पुढं सरकत होते. यशवंता राजांचं ते कसब आश्चर्यचकित होऊन पाहत होता. एखादं सुदर्शन फिरावं, तसं राजे पट्ट्याचं मंडळ आखत होते. एक पट्टेकरी आणि दहा धारकरी ही उक्ती सार्थ ठरली होती. चक्राकार फिरत जाणाऱ्या राजांची वाट मोकळी करण्यासाठी यशवंत समोरच्या गर्दीत शिरला. यशवंत आपली तलवार चालवीत असता अचानक, त्याच्या पायाखालचा दगड ढासळला. तोल सावरण्याचा प्रयत्न करीत असता यशवंत पालथा पडला. ती संधी साधून शत्रूचा एक सैनिक धावला. राजांचं लक्ष यशवंताकडं गेलं. आपल्या जागेचं भान न बाळगता राजे धावले आणि पाहता-पाहता यशवंतवर उगारलेल्या शत्रूच्या तलवारीचा

हात कलम केला. किंचाळत तौ सैनिक कोसळला. राजांनी हात देऊन यशवंतला उठवलं. तलवार सावरून यशवंत परत लढू लागला.

राजांचं पथक पुढं सरकत होतं. क्षणाक्षणाला शत्रूचं बळ सरत होतं.

राजांनी वेढा फोडण्यात यश मिळवलं. दूर दिसणाऱ्या खेळणा गडाच्या प्रवेशद्वाराकडं त्यांचं लक्ष लागलं होतं. आलेल्या यशानं आनंदित झालेले मावळे जखमांच्या वेदना विसरून राजांच्या समवेत गडाकडं धावत होते.

पळत जात असलेले राजे एका ठिकाणी काही क्षण विश्रांतीसाठी थांबले. ती संधी साधून यशवंत पुढं झाला. राजांचे पाय शिवत तो म्हणाला,

'राजे, आपण होता, म्हणून मी आज वाचलो.'

राजांनी यशवंतला उठवलं. त्याच्या खांद्यावर हात ठेवत ते म्हणाले,

'यशवंता, तुला वाचवलं नाही, तुझ्या नावानं कुंकू बाळगणारी सखू आम्हांला आठवली. त्या पोरीसाठी धावावं लागलं. चल, गड जवळ करू.'

राजे सर्वांसह गडाकडं जाऊ लागले.

❒

घोडखिंडीत घनघोर युद्ध चालू होतं. खिंडीत जाणारे मसूदचे अर्धे सैनिकही माघारी सुखरूप येत नव्हते. जे येत होते, ते परत लढण्याच्या अवस्थेत नव्हते. मसूद ओरडत होता, 'मारो ऽ काटो ऽऽ आगे बढोऽऽ' पण त्या आव्हानाचा काही परिणाम होत नव्हता. मसूदचे सैनिक जेवढ्या हिरिरीनं पुढं येत होते, तेवढ्याच तत्परतेनं मार खाऊन मागं सरकत होते. फुलाजी, बाजी व सारे मावळे रंगपंचमीच्या दरबारातून बाहेर पडावे, तसे दिसत होते. पांढरे पाणी गावापासून ते घोडखिंडीपर्यंतचा रस्ता शत्रूच्या रक्तानं आणि वीरांच्या जखमांनी माखला होता.

सूर्य मध्यान्हीला आला, तरी राजांची तोफ ऐकू येत नव्हती. वादळवाऱ्यातून वीस कोस धावून आलेल्या उपाशी मावळ्यांचं, जखमांनी जर्जर झालेलं अंग क्षणाक्षणाला थकत होतं. खिंडीच्या तोंडाशी लढणारे बाजी आपला तोल सावरत पट्टा चालवीत होते. मावळ्यांना उत्तेजन देत होते. एका शत्रूच्या वारानं त्यांचा तोल गेला. मावळ्यांनी त्यांना सावरलं. खिंडीत मागं आणून ठेवलं. बाजी माघारी आलेले पाहताच विश्रांती घेणारे फुलाजी धडपडत उठले. त्यांनी दोन्ही हातांत तलवारी पेलल्या आणि खिंड लढवणाऱ्या मावळ्यांच्या सामोरे जाऊन येणाऱ्या शत्रूबरोबर ते लढू लागले.

मसूदचे हजार सैनिक होते. त्यानं नव्या दमाची तुकडी सज्ज केली आणि ती खिंडीवर सोडली. नव्या दमाची तुकडी येताना पाहताच फुलाजी ओरडले,

'मागं जा, मागच्यांना पुढं पाठवा.'

विश्रांती घेणारे वीर तत्परतेनं उठले. आपली शस्त्रं सावरून ते पुढं धावले.

थकलेले वीर मागं येऊन दिसेल त्या ठिकाणी ढासळले.

एकच निकराची झुंज घोडखिंडीत सुरू झाली. खिंडीत तलवारी भिडल्याचे आवाज येत होते. आरोळ्या उठत होत्या—

'जय भवानी'

'दीन ऽ दीन'

'जय विंझाई'

'अल्ला हो अकबर'

'आगे बढो'

'हर हर महादेव'

'काटो, कत्तल करो'

'पुढं व्हा ! कापा, मारा ! राजे गडावर पोहोचले नाहीत; तोवर एका माणसाचं पाऊल या खिंडीतून पुढं जाणार नाही.'

फुलाजी लढत असताना अचानक एकाकी पडले. ती संधी साधून मसूदचे चार धारकरी त्यांच्यावर तुटून पडले. फुलाजी त्यांच्याबरोबर दोन्ही हातांत तलवारी घेऊन, सारं बळ एक करून लढत होते. अचानक एकाचा वार त्यांच्या मानेवर पडला. तोल जाऊन फुलाजी कोसळले आणि ती संधी साधून मसूदच्या निर्घृण सैनिकांनी पडलेल्या फुलाजींवर वार चालवले. ते दृश्य पाहून सारे मावळे धावले. चारी बाजूंनी धावलेल्या त्या मावळ्यांनी त्या मसूदच्या सैनिकांची त्वेषानं कत्तल केली. आणि लढता-लढता गतप्राण झालेल्या फुलाजींचा देह उचलून मागं नेला.

जिथं बाजी विश्रांती घेत होते, तिथं फुलाजींचा देह आणला गेला. फुलाजींना पाहताच बाजी उठून उभा राहिले. ज्यांनी फुलाजींना आणलं, त्यांच्या डोळ्यांत अश्रू उभे राहिले होते. फुलाजींच्याकडं पाहताच बाजी फुलाजींच्या मस्तकाजवळ बसले. एकटक नजरेनं फुलाजींकडे बाजी पाहत होते. नकळत ते उद्गारले,

'भाऊ ! जगण्याचं सार्थक केलंस ! गेलास; म्हणजे जातोस कुठं ! तू मोठा ना ? तुझा मान पहिला ! मी मागून आलोच !' आपली आरक्त नजर भोवतालच्या मावळ्यांवरून फिरवत बाजी ओरडले, 'रडता कशाला ? तुमचा बाप पडला, त्याचा सूड घ्या ! चलाऽऽ'

बाजी उठले आणि मागच्या मावळ्यांसमवेत ते खिंडीत दाखल झाले. आकाशीचा सूर्य मध्यान्हीकडं चढत होता. सारं आकाश ढगांनी व्यापलं होतं. धुक्याचे लोट खिंडीवरून जात होते. भिजल्या अंगावर, वाऱ्याच्या झोतांनी, झालेल्या जखमा तटतटत होत्या. दोन्ही हातांत पट्टे घेतलेले बाजी झोकांड्या देत पुढं येत होते. त्यांच्या नेत्रांत अंगार फुलला होता. थंडीचे दिवस असूनही त्यांच्या चेहऱ्यावर घाम डवरला होता. मस्तकावरच्या संजाबावरची शेंडी मानेवर सुटली होती. खिंडीसामोरे

येत ते गर्जले,

'आवो ! आगे बढोऽऽ'

जखमांनी घायाळ झालेल्या त्या बाजींना दोन्ही हातांत पट्टे सरसावून येताना पाहताच मसूदचे सैनिक मागे हटत होते. ते किंचाळले,

'शैतान आयाऽऽ पीछे हटोऽऽ'

बाजींच्या चेहऱ्यावर विक्राळ हास्य प्रगटलं होतं. आठवण येत होती, ती त्या शिवतांडवाची.

मसूदचा संताप वाढला होता. दोन प्रहर टक्कर देऊनही खिंड मोकळी झाली नव्हती. हजाराची शिबंदी असूनही यश मिळत नव्हतं. त्यानं बंदूकधारी बोलवला आणि सांगितलं,

'कुछ भी हो ! लेकिन वो शैतानऽ'

त्या बंदुकधाऱ्यानं मसूदला मुजरा केला. घोडखिंडीच्या दरडीवर तो चढत होता. खिंडीत लढणाऱ्या वीरांच्या ते ध्यानी येत नव्हतं. तो सैनिक बंदूक सावरत, सरपटत खिंडीवर सरकत होता. त्या सैनिकानं आपली जागा गाठली. त्या दरडीवरून त्याला खिंडीच्या तोंडाशी चाललेला रणसंग्राम दिसत होता. एखादा अचानक धुक्याचा लोट येई. सारं दिसेनासं होई. दोन्ही हातांत पट्टे चढवून लढणाऱ्या बाजींच्यावर तो सैनिक निशाण धरत होता. बाजी लढत होते आणि बंदुकीचा बार कडाडला होता. धूर ओकीत ती लांब नळ्याची बंदूक मोकळी झाली. सैनिकानं पाहिलं. तो बाजी मागं कोसळत होते.

बाजींचे वीर धावले. त्यांनी पाठीत गोळी शिरलेल्या बाजींना सावरलं. बाजी ओरडत होते,

'लढा ! जिवाचं मोल बाळगू नका. अजून राजेऽऽ'

बाजींची ती अवस्था पाहून साऱ्यांना नवचैतन्य प्राप्त झालं. खिंड परत त्याच हिरिरीनं लढू लागली.

बाजींना माघारी आणलं गेलं. बाजींची काही काळ शुद्ध हरपली होती. रक्ताचा ओघ थांबण्यासाठी एका वीरानं आपला कमरबंद बाजींच्या जखमेवर खुपसला होता.

बाजींना जाग आली. त्यांनी भोवती जमलेल्या साऱ्यांकडं पाहिलं. भान येताच त्यांनी विचारलं,

'तोफ झाली ?'

साऱ्यांच्या नेत्रांत पाणी तरळलं होतं. कोणी काही बोलत नव्हतं. बाजींचा चेहरा बदलला. कुणाच्याही अडकाव्याला दाद न देता बाजी सर्व बळानिशी बसले. सर्वांवर नजर फिरवीत ते म्हणाले,

'राजे गडावर अजून पोहोचले नाहीत ?'

उत्तर काय द्यावं, हे कुणालाही कळत नव्हतं. कुणी तरी धीर करून म्हणालं,

'अजून तोफेचा आवाज झाला नाही.'

'तोफेचा आवाज झाला नाही ?' बाजी बोलले, 'कान बहिरे झाले का ?'

बाजी उठण्याचा प्रयत्न करीत असता कोणीतरी म्हणालं,

'बाजी, तुम्ही स्वस्थ पडा ! खिंड आम्ही लढवतो.'

'स्वस्थ पडू ?' बाजी उद्‌गारले, 'राजे गडावर पोहोचले नाहीत, तोवर बाजी मरेल कसा ? माझा इटा द्या.'

बाजी तोल सावरत उठले. उभे राहिले. धारदार टोकाचा इटा बाजींच्या हातात दिला गेला. बाजी त्या इट्याच्या आधारानं चालत होते.

सारे मावळे बाजींकडं एखादं स्वप्न पाहावं, तसे पाहत होते.

❐

राजे गडावर येताहेत, हे पाहून खेळण्याचे किल्लेदार झुंजारराव पवार आपल्या शिबंदीनिशी धावत राजांच्या सामोरे आले. हातांत पट्टे चढवलेले राजे सर्वांसह गडाकडं चालत होते. राजांच्या डाव्या खांद्यावर जखमेची खूण दिसत होती. राजांबरोबर यशवंत चालत होता. राजे गडाच्या दाराशी आले. तो बिकट गड चालून येताना, आधीच लढलेले वीर दमले होते, श्वास जड झाले होते. गडावरून चौफेर नजर फिरवीत राजे म्हणाले,

'हा खेळणा कसला ! हा तो विशाळगड आहे. झुंजारराव, क्षणाचाही विलंब न लावता तोफेचा आवाज द्या. त्या गजाखिंडीत आमचे बाजी, फुलाजी, आमचे मावळे आमच्यासाठी प्राणपणानं खिंड लढवीत आहेत. बाजी होते, म्हणूनच आम्ही या संकटातून तरलो. आम्ही बाजींना पहिल्या तलवारीचा आणि पालखीचा मान देणार आहोत. झुंजारराव, तोफेचा आवाज द्या. तो आवाज ऐकण्यासाठी बाजी उतावीळ झाले असतील. आमच्या स्वराज्यासाठी आज बाजींनी आपल्या पराक्रमाने गजाखिंडीची पावन खिंड बनवली आहे.'

'झुंजारराव ! विलंब न करता तोफेचा आवाज द्या !'

❐

हातात इटा घेऊन, तोल सावरत बाजी पावलं टाकीत होते. सारा चेहरा घामानं डवरला होता. डोळ्यांत रक्त उतरलं होतं. सर्वांगावर रक्ताची तांबडी कलाबूत चढली होती. बाजी खिंडीच्या सामोरे आले. त्यांनी इटा पेलला आणि ते गर्जले,

'या ऽ ऽ'

झोकांड्या देत येणाऱ्या बाजींचं रूप महाकाय द्वारपालाप्रमाणे पुढं सरकत

होतं. बाजींचं ते रूप पाहून मावळ्यांना आपल्या जखमांची वेदना राहिली नव्हती. बाजींनी इटा पेलला आणि त्याच वेळी तोफेचा आवाज झाला.

समोरचा शत्रू, त्याचं हे सर्व बळ विसरून बाजींच्या चेहऱ्यावर हास्य उमटलं. त्यांनी विचारलं,

'तोफेचा आवाज झाला ! झाला ना ?'

शेजारचा वीर म्हणाला,

'धनी ! तोप झाली.'

त्याच वेळी दुसरी तोफ धडाडली. बाजींच्या चेहऱ्यावरचे सारे भाव पालटले. विराट हास्य उमटलं—

'राजे ! लाज राखलीत !' म्हणत बाजी खाली कोसळले.

बाजींना उचलून मागं नेण्यात आलं. कुणीतरी साचलेल्या पाण्यातून मुंडासं भिजवून आणलं. ते बाजींच्या कपाळावर थापलं.

क्षणभर बाजी शुद्धीवर आले. भोवताली वाकून पाहणाऱ्या माणसांवरून त्यांनी नजर फिरवली. प्रत्येकाच्या डोळ्यांत अश्रू तरळत होते.

बाजी हसले,

'रडता कशाला ? त्या मसूदची खोड मोडा. आम्ही जातो. राजांना आमचा मुजरा सांगा ऽऽ मुजरा ऽऽ'

बाजींनी हात उंचावला; पण कपाळी नेण्याआधीच तो कोसळून पडला.

बाजींचे उघडे डोळे कुणीतरी मिटले. डोळे टिपून माणसं आपल्या तलवारी घेऊन उठली.

गडावरून तोफांचे आवाज उठत होते—!

भर दुपारी सुद्धा गड गार वाऱ्यात आणि विरळ धुक्यात गारठून गेला होता. राजांच्या बरोबर आलेल्या धारकऱ्यांच्या जखमांवर उपचार चालू होते. 'हर हर महादेवऽ'चा गजर अस्पष्टपणे त्यांच्या कानांवर येत होता.

झुंजारराव पवार राजांच्या जवळ आले. ते म्हणाले,

'राजे ! आपण थोडी विश्रांतीऽऽ'

'नाही, झुंजारराव ! जोवर बाजी दिसत नाहीत, तोवर आम्ही या जागेवरून पाऊलही उचलणार नाही. झुंजारराव, आमची चौकशी करण्याऐवजी गडाची शिबंदी एकत्र करा आणि बाजींच्या मदतीला जा.'

झुंजारराव निघून गेले.

राजे एकटेच उभे होते. बराच वेळ गेला आणि धावत आलेल्या यशवंतन

सांगितलं,

'राजे गडावर पालखी येते आहे.'

'पालखी ?' राजे चिंतातूर झाले. यशवंत, तू पालखीला सामोरा जा. बाजी जखमी झाले असतील. आम्ही वाड्याकडं जातो. वैद्यांना बोलावून घेतो. बाजींना सांभाळून घेऊन या.'

राजे वाड्याकडं चालू लागले. वाड्यात येताच ते आज्ञा सोडत होते,

'वैद्यांना इथं बोलवून घ्या.

'बाजी येतील. त्यांचा पाठलाग होईल....

'तोफा आणि शिबंदी सज्ज ठेवा....'

राजांना प्रत्येक क्षण घटकेसारखा वाटत होता. त्यांच्या जिवाला चैन नव्हती. वाट पाहत थांबणं अशक्य होतं. राजे तसेच वाड्याच्या बाहेर पडले. राजे धावत गडाच्या दरवाज्याकडं जात होते. दरवाजा दिसू लागला आणि त्याच वेळेला दरवाज्यातून येणारी पालखी राजांच्या नजरेत आली.

पालखीभोवती माणसांचं कडं पडलं होतं. जसजशी पालखी जवळ येत होती, तसं राजांना सर्वांचं रूप स्पष्ट होत होतं. जखमांनी घायाळ झालेले वीर नतमस्तकानं पालखीसमोर चालत होते. कुणाच्याही चेहऱ्यावर आनंद दिसत नव्हता. जड पावलांनी ते येत होते.

पालखी वाड्यासमोर आली आणि राजे पुढं झाले. पालखीवर हात ठेवून यशवंत चालत होता. राजांना साऱ्यांनी वाट करून दिली. तेव्हा पालखी जमिनीवर ठेवली होती. पालखीवरचं लाल अलवानाचं आच्छादन तसंच झाकलेलं होतं. यशवंतच्या डोळ्यांत अश्रू तरळत होते. राजांनी विचारलं,

'यशवंता ! अरे, बाजी जखमी झालेत ना ?'

यशवंतानं नकारार्थी मान हलवली.

'अरे ! ते जखमी झाले नाहीत, तर रडतोस कशाला ?'. सारं बळ एकवटून राजांनी विचारलं. पण त्या पालखीवरचं अलवान उचलण्याचं धारिष्ट राहिलं नव्हतं.

यशवंत कसाबसा म्हणाला,

'राजे ! आपले बाजी, फुलाजी गेलेऽऽ'

'गेले ?' राजे उद्गारले.

कुणीतरी पालखीची कनात वर केली. पालखीत रक्तबंबाळ झालेले बाजी, फुलाजी एकमेकांच्या मिठीत झोपी गेले होते.

राजांचा ऊर भरून आला. डोळ्यांत अश्रू उभे राहिले. सारा चेहरा मनस्तापानं तांबडा बुंद झाला. छातीवर मूठ मारत ते ओरडले,

'बाजी ! काय केलंत हे ! पालखीचा मान कुठं जात होता का ? त्यासाठी हे करायला हवं होतं ? बाजी, फुलाजी....काय केलंत हे !'

राजांना आपले अश्रू आवरत नव्हते. रडणाऱ्या यशवंताला त्यांना आधारासाठी मिठी मारली.

—आणि दोघांच्याही भावनांचे बांध फुटले. ते सावरण्याचं सामर्थ्य कुणालाही राहिलं नव्हतं.

❑❑❑

अंतर्मुख करणारी एक विलक्षण लघु कादंबरी

शेकरा

रणजित देसाई

∽

रणजित देसाई यांच्या असामान्य प्रतिभेचा अखेरचा आविष्कार म्हणजे 'शे क रा'.

काळी, झुपकेदार शेपूट असलेला आणि राखी रंगाचा हा खारीच्या जातीचा शेकरा, या झाडावरून त्या झाडावर झेप घेण्यासाठी प्रसिध्द आहे.

घनदाट जंगलाच्या पार्श्वभूमीवर लिहिल्या गेलेल्या या कादंबरीचा हा नायक एकाकी आहे. आपल्या खाद्यासाठी सर्व जंगलभर या झाडावरून त्या झाडावर उड्या मारत हिंडता-फिरताना, सर्व ऋतूंमधली तिथल्या प्राण्यांची जिवंत राहण्यासाठी चाललेली धडपड आणि कधीकधी हतबल होऊन केलेला भीषण जीवनसंघर्षही तो बारकाईनं न्याहाळतो आहे.

रणजित देसाई यांनी हे सारं चित्रण शेतकऱ्याच्या नजरेनं केलं असलं, तरी सगळी कादंबरी वाचून झाल्यावर वाचकाला शेतकऱ्यासारखे आपणही जीवनभर एकाकी प्रवास करतो आहोत, असं वाटल्याशिवाय राहत नाही.

सुजाण वाचकाला अंतर्मुख करणारी ही साहित्यकृती आहे.